வேதாளம் விளம்பியச் சூதாட்ட சருக்கம்

அன்பாதவன்

வேரல்
புக்ஸ்

வேரல்
புக்ஸ்

வேரல் புக்ஸ் வெளியீட்டு எண்: 80

வேதாளம் விளம்பியச் சூதாட்ட சருக்கம் * அன்பாதவன்© * கதைகள் *
முதல் பதிப்பு: டிசம்பர் 2023 * பக்கங்கள்: 144 *
வேரல் புக்ஸ் * 6, இரண்டாவது தளம், காவேரி தெரு, சாலிகிராமம், சென்னை – 600093 *
மின்னஞ்சல்: veralbooks2021@gmail.com * தொலைபேசி: 9578764322 *
முகப்பழகு: லார்க் பாஸ்கரன் * நூலழகு: சந்தோஷ் கொளஞ்சி

Vedhalam Vilambiya soothatta sarukkam * Anbaathavan© * Stories*
First Edition: December 2023 * Pages: 144 *
Veral Books * No: 6, 2nd Floor, Kaveri Street, Saligramam, Chennai - 600093 *
Email ID: veralbooks2021@gmail.com * Phone: 9578764322 *
Wrapper Designed by: Lark Bhaskaran * Layout Designed by: Santhosh kolanji

Rs. 180

ISBN: 978-81-965289-3-5

அன்பாதவன் (25.05.1963)

விழுப்புரம் நகரில் பிறந்து வளர்ந்த அன்பாதவன் (J.P. அன்புசிவம்) சிற்றிதழ்களின் வழியாக இலக்கிய உலகை அடைந்தவர். 2000ஆம் ஆண்டில் 'செம்பழுப்பாய்ச் சூரியன்' எனும் கவிதைத் தொகுப்பு மூலம் தமிழ் இலக்கியப் பரப்புக்குள் தொடங்கும் அன்பாதவனின் பயணம், கவிதை, கதை, நாடகம், விமர்சனம், நடிப்பு, ஹைகூ, ஹைபுன் எனத் திசைகள் பலதில் பயணிக்கிறது தினமும்.

இதுகாறும் கவிதைகள்—09; நாடகம்—01; கதைகள்—05; விமர்சனக் கட்டுரைகள்—09 தொகுப்பு நூல்கள் — 10 என 31 நூல்களைத் தமிழுக்குத் தந்திருக்கும் அன்பாதவன், பரோடா வங்கி முதன்மை மேலாளராக (Chief Manager) பணியாற்றி ஓய்வுபெற்றவர்.

அன்பாதவன்
4, அலமேலுபுரம் (முதல்தளம்)
விழுப்புரம் — 605602.
கைப்பேசி : 7829985000
மின்னஞ்சல் : anbaadhavanjp@gmail.com

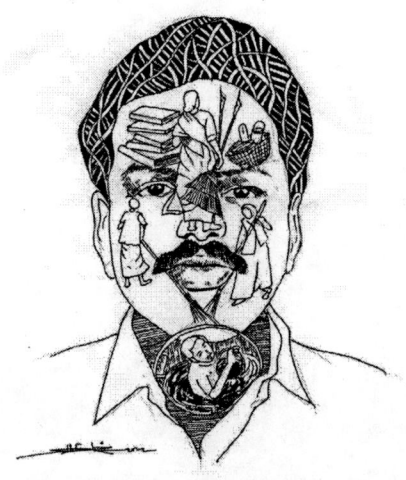

காலம் தின்று செரித்த நெஞ்சுக்கினிய
சிநேகிதன் விழி.பா.இதயவேந்தன்
நினைவுகளுக்கு இந்நூல்

வேதாளம் விளம்பியச் சூதாட்ட சருக்கம்
கதையல்ல நிஜம்

எழுத்தாளர் அன்பாதவன் அவர்களை முகநூல் வழியாக அறிந்து கொண்டு பிறகு அவருடைய கவிதைகளை வாசிக்கத் தொடங்கினேன். இதுவரை அவரது கவிதைகளை மட்டுமே வாசித்து வந்த எனக்குச் சிறுகதைகளை வாசிக்கவும் அதைப் பதிப்பிக்கவும் வாய்ப்புக் கிடைத்திருக்கிறது.

ஒரு புனைவு கதையாகும் போக்கும், ஒரு நிஜம் கதையாகும் போக்கும் ஒரேமாதிரி இருப்பதில்லை, ஒரு நிஜத்தைக் கதையாக்கும்போது அதன் வடிவத்தில் செய்திகளை அடுக்கிவைத்த தோரணையும், கட்டுரையின் சாயலும் வந்துவிடும் அது வாசிப்பவர்களுக்குப் பெரும் சிரமத்தைத் தரக்கூடும். இங்கு அன்பாதவன் அவர்களின் கதைக்களங்களும் கதை மாந்தர்களும் நிஜத்திலிருந்து பிறந்தவர்கள், செய்திகளின் வழியாக நாம் முன்னரே அறிந்தவர்கள். ஆனாலும் அவர்கள் ஆசிரியரின் சிறுகதை மனத்திற்குள் ஏற்படுத்தியிருக்கும் வீரியமான தாக்கம், அனுபவங்களின் தெளிவு, எளிமையான நடை, மொழியின் சரளம், சக மனித அறம் இவையெல்லாம் இந்தச் சிறுகதைத் தொகுப்பை வேறு ஒரு தளத்திற்கு நகர்த்தியிருக்கிறது.

இப்போது சர்ச்சையாகப் பார்க்கப்படும் சனாதன ஒழிப்பு குறித்தான அமைச்சர் உதயநிதி அவர்களின் கருத்தில் இருக்கும் நியாயத்தைப் புரிந்துகொள்ள அன்பாதவன் அவர்களின் கதைகளில் வாழும் பெண்களைப் படித்தாலே போதும். சனாதனம் என்றால் என்ன என்பதற்கான எடுத்துக்காட்டாக

இவரது கதைகள் ஏற்றத்தாழ்வு மிகுந்த நம் சமூகத் துயரங்களை அப்பட்டமாக வெளிச்சம் போட்டுக் காட்டுகின்றன.

ஆசிரியர் எடுத்துக்கொண்ட களங்களில் பெரும்பாலும் ஆவணப்படுத்தப்பட்டிருப்பது பெண்களின் வலிகளும், ஏக்கங்களும், துயரங்களும்தான். பெண் என்பவள் பூவைப் போன்றவள், அவளது தாய்மைக்கு நிகர் உலகில் வேறெதுவும் இல்லை என்பது போன்ற மாயச் சொற்களால் அவள் காலம் காலமாக ஒடுக்கப்பட்டிருக்கிறாள். ஒடுக்கப்படுகிறாள். பெண்களின் தொடைகளுக்கிடையே தான் இந்தச் சமூகத்தின் ஒட்டுமொத்த சம்பிரதாயங்களும், சடங்குகளும், ஒழுக்க வாதங்களும் கட்டமைக்கப்பட்டிருக்கின்றன.

கற்பு என்ற ஒற்றைச் சொல்லில் பல நூறு ஆண்டுகளாகச் சிறை வைக்கப்பட்டவள் பெண். இந்தச் சமூகம் செய்யும் குற்றங்களை எல்லாம் தன் முதுகில் சுமந்து திரிபவள். அவளுக்கே தெரியாமல் அவளைத் தியாகியாக்கி வைத்திருக்கிறார்கள்.

அப்படிப்பட்டவள் தன் சுய விருப்பு வெறுப்புகளைப் பற்றி மறந்தும் கூட நினைத்துவிடவோ, பேசிவிடவோ முடியாத சூழல்தான் இன்றும் இங்கு நிலவுகிறது. தப்பித் தவறி தன்னைச் சுற்றி வரையப்பட்ட கோடுகளைத் தாண்ட நினைத்தால் அவள் தீக்குளிக்க வேண்டியதுதான். ஓர் ஆண் தன் உணர்வுகளை, இச்சைகளைத் தணித்துக் கொள்ள அவனுக்கு எந்தக் கட்டுப்பாடுகளும் இல்லை. ஆனால் அவள் தன் உணர்வுகளை, உடல் தேவைகளைப் பற்றி தன் கணவனிடமோ, நண்பர்களிடமோ பேசிவிட்டால் அவள் வேசியாக்கப்படுகிறாள்.

நான் சினிமாத் துறைக்கு வரும்போது என்னை ஊக்கப்படுத்தியவர்களைவிட ஏளனப்படுத்தியவர்களே அதிகம். அதுவும் வந்தவுடன் வாய்ப்புகள் கிடைத்துவிட்டதே அதற்காக அவள் என்னவெல்லாம் கொடுத்தாளோ என்று காதுபடவே பலர் பேசிக்கொண்டிருக்கிறார்கள். இந்த நவீன உலகத்திலும் பெண் உடலை வைத்து நடக்கும் அரசியல் மட்டும் இன்னும் ஓயவே இல்லை. ஆனால் இந்தத் தொகுப்பில் பசி என்ற கதையில் வரும் பெண் இந்தச் சமூகத்தின் பொய்களுக்குள் சிக்காதவள், அவள் கட்டுப்பாடற்ற காட்டருவி, அன்பால் மார்பு சுரக்கும்

பெரு வனம், அவள்தான் வானம், அவள்தான் கடல், அவள்தான் யாவும், அவள்தான் நாங்கள், நாங்கள்தான் அவள்.

எங்கள் பசியைப் பற்றிப் பேசிய ஆசிரியர் வீரத்தைப் பேசாமல் இருப்பாரா? சித்திர துர்க்காவில் வாழ்ந்த ஒருத்தியைப் பற்றி உலக்கை ஒபாவ்வா என்ற கதையில் பேசியிருக்கிறார். இன்னும் ஒரு கதையில் ஜான்சி ராணிகளைப் பேசியிருக்கிறார். ஜான்சி ராணிகள் என்றால் பட்டத்து அரசிகளோ இளவரசிகளோ அல்ல இவர்கள் நம் சாலையோர தேவதைகள், கூடாரங்களில் குறுகி வாழ்பவர்கள், அங்கீகாரத்திற்காகப் போராடுபவர்கள், கல்விக்காக் காத்திருப்பவர்கள்.

மேலும் ஆசிரியர் பெண்களின் வலிகளை மட்டுமல்ல சமூகத்தின் சாபக் கேடான சாதிய வன்முறைகளைப் பற்றியும், ஆணவக் கொலைகளைப் பற்றியும் தனது கதைகளின் வழியாகப் பேசுகிறார். மஞ்சள் நிற மனிதர்களின் மீதிருந்து வீசும் துர்நாற்றம் என்ற கதையில் மலம் கலந்த தண்ணீரைக் குடித்த மக்களின் மனநிலையை வேதனையோடும் மலம் கலந்தவர்களின் சாதியத் திமிரைப் பகடியாகவும் பதிவு செய்திருக்கிறார் .

இப்படித் இத்தொகுப்பின் ஒவ்வொரு கதையிலும் நிலமும், வாழ்வியலும், அடக்கும்முறைகளும், போராட்டங்களும், அவலங்களும், சம கால மனிதர்களின் உட்சபட்ச அதிகாரத் திமிரும், வலிமை இல்லாதவர்களின் அழுகுரல்களும் பதிவு செய்யப்பட்டிருக்கிறது. அனைவருக்கும் பிடிக்கும். அவசியம் வாசியுங்கள்.

அம்பிகா குமரன்.

உள்ளடக்கம்

1. வேதாளம் விளம்பியச் சூதாட்ட சருக்கம் — 13
2. பசி — 39
3. ஜான்சிராணி — 46
4. குத்து விளக்கு — 56
5. உலக்கை ஒபாவ்வா — 62
6. தடுப்பூசி — 69
7. மஞ்சள் நிற மனிதர்களின் மீதிருந்து வீசும் துர்நாற்றம் — 76
8. ராணிப்பேட்டை — 84
9. பாறை வனம் — 96
10. பஞ்சமா பாதகம் — 99

வேதாளம் விளம்பியச் சூதாட்ட சருக்கம்

(1) ‘அப்பாடி ஒரு வழியா சட்டமன்றத்துல மசோதா நிறைவேத்தியாச்சு.. ரம்மி இனி டம்மிதான்’ — என்றபடி உற்சாகமான சீழ்க்கையொலியோடு பிரசன்னமானார் என் இனிய சிநேகிதர் வேதாளர்...

—நாந்தான் வேதாளம் வந்திருக்கேன்.

—வாரும் தோழரே வாரும்...இதென்ன எதிர்நீச்சல் மாது பாணியில் சுய அறிமுகம்...என்னை அறிந்தவர்கள் உம்மையும் அறிவார் தானே...!

—ம்ம்ம்... இருந்தாலும் காலஇடைவெளி அதிகமில்லையோ என் ஞாபகம் இருக்குமோ இல்லையோ மனிதர்களுடன் பழகி மனித குணங்கள் எனக்கும் தொற்றிக்கொண்டதோ... என்னமோ...

—நல்ல நகைச்சுவை என நற்சான்றிதழ் தருகிறேன். என்ன திடீரென சிறப்பு விஜயம்.. வேதாளர் வந்தால் விவகாரமும் வருமே..

—நண்பரை பற்றி என்ன ஒரு நம்பிக்கை...கிடக்கட்டும்.. எத்தனை தற்கொலைகள்... எண்ணிலாக் கொலைகள்.. எவ்வளவு இழப்புகள்.. ஒரு வழியாய் தமிழ் நாட்டரசு ஆன்லைன் ரம்மிக்கு எதிரான வரைவு மசோதாவை சட்டமன்றத்தில் அறிமுகப்படுத்தியிருக்கு.

—நல்ல சேதி தானே நண்பரே... காலம் கடந்தாலும் பல உயிர்கள் காப்பாற்றப்படுமல்லவா?

—ஆனால்... பெரும் பசி கொண்ட மனிதர் சிலரின் பேராசைக்கு அளவேது? பணத்தாசைக்குத்தான் அளவுண்டா எல்லையுண்டா?

— மிகச்சரியான உண்மை... தோழரே... உழைப்பின் மகத்துவம் புரியாதவர்களே குறுக்கு வழியில் கோடீஸ்வரர்களாக ப்ரியப்படுகிறார்கள்... சீக்கிரமாய்ச் செல்வந்தராக கனவு முட்டை மேல் அடைகாக்கும் அவயக்கோழிப் போன்றவர்களை ஆசை காட்டி மிக எளிதாகத் தன் வலைக்குள் சிக்கவைத்து மோசம்

செய்து கொண்டிருந்த "ஆன்லைன் ரம்மி விளையாட்டுக்கு" ஒரு முடிவு வந்திருக்கிறது..

— ரொம்பவும் பீற்றல் வேண்டாமே தோழரே.. இது தமிழ் நாட்டில் மட்டும் தான்..

— அதென்ன கையில் பாரதியார் கவிதை நூலா..?

— ஆமாம்...! பாஞ்சாலி சபதம் படித்துக் கொண்டிருக்கிறேன்...!

— ஓ.. நீங்களும் நவீன இலக்கியவாதி அல்லவா..?

— இதென்ன குரலில் என்றுமில்லா நக்கல்?

— பின் என்னவாம். சமூகத்தில் நம்மைச் சுற்றி எது நிகழ்ந்தாலும் அதைப்பற்றிய கவலையும் அக்கறையுமின்றி மயிர் பிளக்கும் வாத நுட்பங்களிலும் நுண் மான் நுழை புலங்களிலும் கூடு கட்டி வாழும் இலக்கியப்பட்சிகள் அல்லவோ நீங்கள்..!

— ஏதேது.. இன்குலாப்பும் ஜெயகாந்தனும் சேர்ந்து இணைந்த சினக்குரலாக அல்லவா இருக்கிறது,,

— ஒன்றும் அறியாதவர் போல் நடிக்காதீர் நண்பரே. ஆன்லைன் சூதாட்டம் .. அதன் விளைவுகள் குறித்து அறிவீர் தானே

— அதிகமாயில்லை. சில செய்திகள் கேள்விபட்டு அதிர்ந்திருக்கிறேன்..

— இன்னும் சில கதைகளைப் பகர்கிறேன். இதில் அரசு மற்றும் நியாய அரங்கங்களின் பார்வைகள் அலாதி சுவாரஸ்யம்.

— ம்ம் நீங்க உங்க கதைகளை சொல்லுங்க. நானும் என் பங்குக்கு தேடுறன்.. ரெண்டும் சேரும் போது புதிய வெளிச்சம் கிடைக்கலாம்.. சரியா..

— மிகச்சரி

— ரம்மி — மனிதத் திறனை வளர்க்கும் சீட்டு விளையாட்டுகளில் ஒன்றாகும்.. ரம்மி சீட்டு விளையாட்டில் ஏஸ், 2, 3, 4, 5, 6, 7, 8, 9, 10, ஜாக்கி, இராணி மற்றும் இராஜா என பதிமூன்று வரிசைகள் கொண்ட 52 சீட்டுகள் வைத்து, இரண்டிற்கும்

அதிகமானவர்கள் ஒரே நேரத்தில் விளையாடலாம். ரம்மி— அல மனிதத் திறனை வளர்க்கும் சீட்டு விளையாட்டுகளில் ஒன்றாகும். வீடுகளிலும், பொது இடங்களிலும், மன மகிழ் மன்றங்களில் இரம்மி சீட்டு விளையாட்டு பொழுது போக்குடன், திறனையும் வளர்த்துக் கொள்ள உதவுகிறது இருபதாம் நூற்றாண்டின் துவக்கத்தில், மெக்சிகோவின் சீட்டு விளையாட்டு முறையிலிருந்து ரம்மி விளையாட்டு உருவானதாக கருதப்படுகிறது.

(2) யூட்யூபில் இசை கேட்பது எனக்குப் பிடிக்கும்; அதுவும் இளையராஜா அல்லது பி. சுசீலா பாடல்களின் தொகுப்பைத் தேடிப்பிடித்து ஓட விடுவது ரொம்ப ரொம்பப் பிடிக்கும். செவிகளுள் மீச்சிறு இழை வழியாக உள்ளிறங்கும் சொல்லிசை, ஆன்மாவைக் குளிரூட்டும் ; மனசை இதமாக்கும் ; மிக நல்ல மனநிலைக்கு நம்மைக் கொண்டு வரும் ; ஆனால் இடையிடையே வரும் விளம்பரங்கள் தான் எரிச்சலூட்டுபவை ; அதுவும் அடிக்கடி இடையீடு செய்து தொந்தரவிக்கும் ஆன்லைன் ரம்மி விளையாட்டுக்கான விளம்பரங்கள்.... “கடுப்பேத்துறாங்க மை லார்ட் *!*” ரகம். இப்போது கூட பாருங்க.. பெரிய இசைக் குடும்பத்திலிருந்து வந்த ஒரு கோமாளி நடிகனின் விரல் வித்தைகளோடு கூடிய விளம்பரம்.

அப்பன் பெயரையும் பெரியப்பன் பெயரையும் கெடுக்கவென்றே வந்தவன் தன் கரகரத்த குரலில் நம்மிடம் சொல்கிறான் :

“ ஆன்லைன் ரம்மி சுவாரஸ்யமானது *!*

உங்களுக்கான ஆனந்தமான பொழுதுபோக்கு *!*

வாருங்கள் *!* எங்களோடு இணையுங்கள் *!*

எவ்வளவோ ஆடிட்டோம்... இதயும் ஆடிட மாட்டோமா

ஜமாய்... என்ஜாய்... ராஜா என்ஜாய் *!*” ச்சீ *!* நாயும் பிழைக்கு மிந்த பிழைப்பு *!* இந்த அழகில் கூகுள்காரன் செய்யும் விளம்பர அட்டூழியங்கள் சொல்லி மாளாது... ஒவ்வொரு பாட்டுக்கு இடையிலும் ‘தீன்பட்டி’ அதாம்பா ‘மூணுசீட்டு’ இல்லையென்றால் ’ரம்மி விளையாட வாருங்கள்...’ *!*

போங்கடா... ஒங்க சங்காத்தமே வேணாம்....! அப்போது தான் நன்கறிந்த குரலின் அழைப்பு...!

(3) "இந்த சம்பந்தமாவது குதிருமா.." கவலையுடன் கேட்டாள் ராகினி....

"நம்பிக்கையோடு இரும்மா... நிச்சயம் இது பழமாகும்" — ஆறுதலாய் அவள் தலைகோதினான் ராகவன்.

இருவர் கவலையும் தங்கள் மகள் ரதிஷா—வின் திருமணத்தை பற்றித்தான்...

ரதிஷா.... அழகி.... என ஒற்றைச் சொல்லால் வர்ணித்து விட முடியாத அழகி! சிலவற்றை பூரணமாக சொல்லி விட எழுத்துக்கு பலமில்லையல்லவா!

ரதிஷா — வை பெண் பார்த்துவிட்டுப் போன மாப்பிள்ளை வீட்டார் இன்றுபோன் செய்வதாக சொல்லியிருக்கிறார்கள் புரோக்கரும் அவர்கள் வீட்டுக்கு இன்று சென்று விவரம் கேட்டு சொல்வதாக சொல்லியிருந்தார். இந்த நிமிடம் வரை 'வேண்டாம்' என்ற எதிர்மறைத் தகவல் வராததால் ராகவனுக்குள் பூத்திருந்தது ஒரு நம்பிக்கைக் குமிழ்மொட்டு.

ரதிஷாவை யாருக்குத்தான் பிடிக்காது! சாந்தமான புன்னகைப் பூத்த வதனமும், பேசும் கண்களும், அளவான உடலமைப்பும், பொறுமையான பேச்சும்ம்ம்... ! ரதிஷாவை பிடிக்காமலும் போகுமா...

கைபேசி ஒலித்தது! பழம் தான்! சர்க்கரைச் செய்தி... மாப்பிள்ளைக்கும் மாப்பிள்ளை வீட்டாருக்கும் ரதிஷாவை பிடித்தேவிட்டது.

மும்முரமாய்த் தொடங்கின கல்யாண ஏற்பாடுகள்! மாப்பிள்ளைக்கு திருவொற்றியூர், விம்கோ நகரில் பிரபலமான டயர் உற்பத்தி செய்யும் தனியார் நிறுவனமொன்றில் பணி.... நல்ல சம்பளம் என்றார்கள். ஒரே ஒரு சிரமம்...இரவுப் பணிகளும் இருக்கும். தனியார் நிறுவனங்களில் இவை தவிர்க்க இயலாதவை என்பதால் ராகவன் குடும்பமும் ஒப்புக்கொண்டது.

நிச்சயதார்த்தத்தின் போதே மாப்பிள்ளை ரகுவுக்கு 12 பவுனுக்குக் கைச் செயின், மோதிரம், கழுத்துச் சங்கிலி என சிறப்பாக செய்தனர்.

அது ஓர் அசுபகாலை! ராகவனுக்கு சம்பந்தி வீட்டிலிருந்து போன்! "நேற்றிரவு ரகு இரவுப்பணி முடிந்து வீட்டுக்கு வரும் போது சிலர் கத்தியைக்காட்டி மிரட்டி பணம் நகைகளைப் பிடுங்கிக் கொண்டார்களாம்.. உயிருக்கு உடலுக்கு ஏதும் ஆபத்தில்லை."

ராகவனும் ராகினியும் பதறியடித்து சேலையூரிலிருந்து ராயபுரம் ஓடினார்கள். ராயபுரம் தான் மணமகன் இருப்பு.

"தம்பி உங்களுக்கு ஏதும் ஆகவில்லையே..." தவிப்போடு கேட்ட ராகினியின் விழிகளில் கண்ணீர்த்துளி.

"அதெல்லாம் ஒண்ணுமில்ல..ஆண்ட்டி... பயப்படாதீங்க.. எப்பவும் நாலஞ்சு பேராத்தான் வருவோம், நேத்து நான் மட்டும் தனியா வந்ததுனால மடக்கிட்டாங்க..."

"போலீஸ் கம்ப்ளையிண்ட் ஏதும் குடுத்திங்களா" — ராகவன்.

"குடுத்திருக்கலாம் தான்... ஆனா... கல்யாணத்த எதிர்ல வச்சி கிட்டு போலீஸ் ஸ்டேசன், கோர்ட்டுன்னு அலைய முடியுமா... வெறும் அலைச்சலும் உளைச்சலும் தான் மிஞ்சும்... என்ன நான் சொல்றது" — ரகுவின் அப்பா.

"பிடுங்கிகிட்டு போனதெல்லாம் நீங்க போட்ட நகைன்றது தான் வருத்தமா இருக்கு அங்கிள்" — ரகு.

ரகு குடும்பத்துக்கு ஆறுதல் சொல்லிக் கிளம்பிய ராகவன் மனதில் இனம் புரியா சஞ்சலம்...

"ம்ம்ம்...ராத்திரி வேலைக்கு டூவீலர்ல போறவரு... எல்லா நகையும் போட்டுகிட்டாப் போவாரு.. கண்டிப்பா வாய்ப்பே இல்ல ஏதோ இடிக்குதே."

மனசின் சஞ்சலத்தை தனது நெருங்கிய நண்பர் அமிர்தம் சூர்யாவிடம் கொட்டினார்....

"கவலப்படாத ராகவா... எனக்குத் தெரிஞ்ச டிடெக்டிவ் ஏஜென்சி ஒண்ணு இருக்கு... அவுங்க மூலமா விசாரிப்போம்."

விசாரித்ததில் தான் தெரிந்தது ரகுவின் அந்நியன் முகம்!

—ரகுவுக்கு இரவு நேரப் பணிகளே கிடையாது... பகல் நேர அலுவல்கள் மட்டுந்தான்! அது மட்டுமல்ல லேசான குடிப்பழக்கமும் 'ஆன்லைனில்' ரம்மி விளையாடும் பழக்கமும் உள்ளது.

ஏற்கனவே 25 இலட்சம் ரூபாயை இழந்ததோடு மட்டுமின்றி தான் வைத்திருந்த காரையும் ரம்மி விளையாட விற்றுவிட்டார்."

—டிடெக்டிவ் ஏஜென்சியின் அறிக்கை ரகுவின் சுயரூபத்தை வெளிச்சத்துக்கு கொண்டு வந்தது.

ரதிஷா—வின் திருமணம் தள்ளிப் போனாலும் தப்பித்தாள்.

(4) எங்கே போய்க் கொண்டிருக்கிறது உங்கள் 'பண்பாட்டு விழுமியங்கள்... மகாபாரதம் தொடர்கிறதா.... சூதாட்டம் விளையாட்டா... இதில் ரம்மி விளையாடலாம்... மங்காத்தா ஆட்டம் கூடாது என்கிறது ஒரு நீதிமன்ற தீர்ப்பு....

— அந்த சங்கதியையும் விரிவாய் சொல்லிடுங்க தோழா.

ரம்மி ஆடலாம்; மங்காத்தா கூடாது – உயர்நீதிமன்றம்

ரம்மி ஆடுவது சூதாட்டத்தின் கீழ் வராது என்று சென்னை உயர்நீதிமன்றம் தெரிவித்துள்ளது.

அதே சமயம் சட்டவிரோத சீட்டுக்களை விளையாடினால் நடவடிக்கை எடுக்கலாம் என்றும் நீதிமன்றம் உத்தரவிட்டுள்ளது. சென்னை தியாகராய நகரைச் சேர்ந்த மகாலட்சுமி கலாச்சார சங்கம் தாக்கல் செய்த மனுவை விசாரித்த நீதிமன்றம் இந்த உத்தரவை பிறப்பித்துள்ளது.

கடந்த ஆகஸ்ட் மாதம் மகாலட்சுமி கலாசார சங்கத்தில் ரம்மி சீட்டு விளையாடியவர்களை பாண்டிபஜார் போலீசார் கைது செய்தனர், அவர்கள் வைத்திருந்த பணத்தை பறிமுதல் செய்தனர். இதனை எதிர்த்து மகாலட்சுமி கலாச்சார சங்கம் சென்னை உயர்நீதிமன்றத்தில் தாக்கல் செய்த மனுவில் கூறியுள்ளதாவது :

சென்னை தியாகராயநகரில் 1981—ம் ஆண்டில் எங்களது சங்கம் தொடங்கப்பட்டது. எங்கள் சங்கத்தில் பலர் 13 சீட்டுக்கள்

கொண்ட ரம்மி என்ற சீட்டு விளையாட்டை விளையாடுவார்கள். காசு வைத்தும் வைக்காமலும் இந்த விளையாட்டை உறுப்பினர்கள் ஆடுவது வழக்கம்.

இந்த நிலையில் கடந்த 10.8.11 அன்று எங்கள் சங்கத்தில் ரெய்டு நடத்திய பாண்டிபஜார் போலீசார், அப்போது மங்காத்தா என்ற சூதாட்டத்தை ஆடுவதாகக் கூறி 56 பேர் மீது வழக்கு தாக்கல் செய்தனர். 178 பண டோக்கன்களையும் கைப்பற்றினர்.

திறமை வளர்க்கும் ரம்மி.

ரம்மி சீட்டு விளையாட்டு சூதாட்ட குற்றத்தின் கீழ் வருவதல்ல. அது திறமையை வளர்க்கும் விளையாட்டு. 3 சீட்டுக்களை வைத்து மங்காத்தா விளையாடுவதுதான் சூதாட்டம். 13 சீட்டுக்களை வைத்து விளையாடும் பந்தயமாக பணம் கட்டியோ, கட்டாமலோ 'ரம்மி' விளையாடுவது சூதாட்டம் இல்லை என்று சுப்ரீம் கோர்ட்டு தீர்ப்பளித்துள்ளது. எனவே எங்கள் சங்கத்தில் ரம்மி சீட்டு விளையாடுவதை தடுக்கும் விதமாக போலீசார் தலையிடக் கூடாது என்று உத்தரவிட வேண்டும் என்று குறிப்பிட்டுள்ளார்.

இதற்கு பதில் மனு தாக்கல் செய்த பாண்டிபஜார் போலீசார், மகாலட்சுமி கலாசார சங்கத்தில் சீட்டுக்கட்டை வைத்து சூதாட்டம் ஆடிக்கொண்டிருந்தவர்கள் மீது நடவடிக்கை எடுத்தோம். இவர்களிடம் இருந்து ரூ.6.75 லட்சம் சூதாட்ட பணமும் பறிமுதல் செய்யப்பட்டது என்று கூறியுள்ளனர்.

ரம்மி ஆடினால் தப்பில்லை.

இந்த வழக்கை விசாரித்த நீதிபதி எஸ்.ராஜேஸ்வரன், ரம்மி என்பது, ஞாபகசக்தி, திறமை, சரியான நேரத்தில் சரியான சீட்டை இறக்கும் யுத்தி போன்ற பல திறமையான அம்சங்களை உள்ளடக்கிய ஆட்டம் என்று உச்சநீதிமன்றம் உட்பட பல நீதிமன்றங்களில் தீர்ப்பளிக்கப்பட்டுள்ளது. எனவே மனுதாரர் கூறுவதுபோல், அவர்கள் ரம்மி ஆட்டம்தான் ஆடியிருந்தால் அதில் குற்றம் கண்டுபிடிக்க முடியாது. வாய்ப்பை ஏற்படுத்தி பணத்தை கொட்டிக் கொடுக்கும் மற்ற சீட்டுக்கட்டு ஆட்டங்களைப்போல், ரம்மி ஆட்டத்தை கருத முடியாது.

ஆனால் சங்கத்தின் உறுப்பினர் மற்றும் விருந்தாளிகள், சீட்டை வைத்து சூதாட்டம் விளையாடியதாக போலீசார் வழக்குப்பதிவு செய்துள்ளனர்.

ரம்மி விளையாட்டைத் தவிர, வேறு ஏதாவது சட்டவிரோத சீட்டு விளையாட்டு விளையாடப்பட்டாலோ, அது தொடர்பான தகவல்கள் வந்தாலோ அவர்கள் மீது நடவடிக்கை எடுப்பதற்கு தடையில்லை என்று தீர்ப்பளித்தார்.

(5) மனைவி, குழந்தைகளைக் கொன்று, தனியார் வங்கி அதிகாரி தற்கொலை: கடன்தொல்லையால் விபரீதம்.

சென்னை : கடன் பிரச்னையால் மனைவியை கிரிக்கெட் மட்டையால் தாக்கியும், குழந்தைகளை கழுத்தை நெரித்தும் கொலை செய்த தனியார் வங்கி அதிகாரி, அவரும் தற்கொலை செய்து கொண்டார்.

கோவையைச் சேர்ந்தவர் மணிகண்டன், 45. இவரது மனைவி தாரா, 38. இவர்களுக்கு, தரன், 10 மற்றும் ஒரு வயதுள்ள தாஹன் ஆகிய இருமகன்கள் இருந்தனர். மணிகண்டன், சென்னை, போரூரில் உள்ள ஒரு தனியார் வங்கியில் பணிபுரிந்தார். பெருங்குடி, பெரியார்சாலையில் உள்ள, ஒரு அடுக்கு மாடிக் குடியிருப்பில் குடும்பத்துடன் வசித்து வந்தார். கடந்த 31ம் தேதி, அனைவரும் வீட்டில் இருந்துள்ளனர். அதன் பின் வீடு பூட்டிக் கிடந்தது.

நேற்று மதியம், சந்தேகமடைந்த அக்கம் பக்கத்தினர், கதவைத் தட்டிப் பார்த்து திறக்காததால், துரைப்பாக்கம் போலீசுக்கு தகவல் தெரிவித்தனர். போலீசார், கதவை உடைத்துப் பார்த்தபோது, மணிகண்டன் தூக்கில் தொங்கி இருந்தார். தாரா, ரத்தவெள்ளத்தில் உயிரிழந்த நிலையில் கிடந்தார். படுக்கை அறையில், இரண்டு குழந்தைகளும் இறந்து கிடந்தனர். போலீசார், நான்கு பேர் உடலையும் கைப்பற்றி, பிரேதப் பரிசோதனை செய்ய, ராயப்பேட்டை மருத்துவமனைக்கு அனுப்பினர்.

சம்பவம் குறித்து, போலீசார் கூறியதாவது: லண்டனில் உள்ள ஒரு வங்கியில் பணிபுரிந்த மணிகண்டன், ஓராண்டுக்கு முன் சென்னைக்கு மாற்றலாகி வந்தார். பெட்ரோல் 'பங்க்' வைப்பதாக

கூறி, நண்பர்களிடம் இருந்து, 75 லட்சம் ரூபாய்க்கு மேல் கடன் வாங்கி உள்ளார். ஆனால், பங்குச்சந்தை மற்றும் 'ஆன்லைன்' சூதாட்டத்தில் பணத்தை இழந்ததாகத் தெரிகிறது. இதனால், கடனைத் திருப்பி செலுத்துவதில் சிரமம் ஏற்பட்டது. இது குறித்து, தாரா கண்டித்துள்ளார். இதனால், தம்பதி இடையே அடிக்கடி தகராறு ஏற்பட்டுள்ளது.

இந்நிலையில், இரண்டு மாதமாக, மணிகண்டன் பணிக்குச் செல்லவில்லை. வழக்கம் போல், கடந்த 31ம் தேதி இரவு, தம்பதி இடையே மீண்டும் தகராறு ஏற்பட்டுள்ளது. இதில், ஆத்திரமடைந்த மணிகண்டன், கிரிக்கெட்மட்டையால், தாராவை தாக்கி கொலை செய்துள்ளார். படுக்கை அறையில் வைத்து, இரண்டு குழந்தைகளையும் துணியால் கழுத்தை நெரித்து கொலை செய்துள்ளார். பின், சமையல் அறை சென்ற மணிகண்டன், தூக்கில் தொங்கி தற்கொலை செய்துள்ளது முதற் கட்ட விசாரணையில் தெரியவந்தது.

இருந்தாலும், பிரேதப் பரிசோதனை முடிவுகள் வந்த பின் தான், மரணத்திற்கான முழு விபரமும் தெரியவரும். இவர்களது, மரணத்தில் வேறு எதாவது காரணம் இருக்குமோ என, உறவினர்கள், நண்பர்கள், அக்கம் பக்கம் வசிப்போரிடம் விசாரிக்கிறோம். இவ்வாறு போலீசார் கூறினர்.

கேட்கவே கஷ்டமாக இருக்கிறது வேதாளரே...

நானே எல்லாவற்றையும் சொல்லிக் கொண்டும் விவாதித்துக் கொண்டும் இருந்தால்.... ஒரு படைப்பாளியாக உங்கள் பொறுப்பு தான் என்ன...?

— நீங்கள் சொன்னதையெல்லாம் தொகுத்து கூடவே என் கைச் சரக்கையும் சேர்த்து கதையாக்கி விடுவேன். நானெல்லாம் "ஞாயிறு எழுத்தாளர்கள்' வகையறா.. பெரும் புரட்சிக்கு தயாராகக் கொண்டே..... சினிமாவில் பாட்டெழுதவோ.... வசனம் எழுதவோ வாய்ப்புக் கிடைத்தால் ஓடி விடுவோம். ஒரு காட்சியில் முகம் காட்டினால் போதும். ஜென்மசாபல்யம் அடைவோம்.

'பிக்பாஸ்' நிகழ்வில் நுழைந்து பெரும்பொருள் ஈட்டுவோம்!

— மாவு புளிப்பேறி இருந்தால் கடைக்காரனை அடிப்பீர்கள் இல்லையென்றால் அப்பாவி ஆட்டோக்காரனிடம் உங்கள் செல்வச் செறுக்கை காண்பீப்பீர்கள். உங்கள் இலக்கிய அறம் எல்லாம்தான் சந்தி சிரிக்கிறதே...

— கவலை வேண்டாம்..உங்களுக்கும் ஒரு விருதுக்கு ஏற்பாடு செய்து விடலாமே…… இல்லையெனில் மதிப்புறு டாக்டர் பட்டம்..

— உங்கள் விருதரசியலை வேறொரு சந்தர்ப்பத்தில் கிழிக்கிறேன். இந்த ஆன்லைன் சூதாட்டத்தில் 'அறமற்ற அரக்கத் தனம்' — குறித்து உங்கள் தோழர் ஒருவர் முகநூலில் எழுதியிருந்தாரே, அதையாவது வாசித்தீர்களா…?

— தோழர் எட்வின் முகநூல் பதிவு தானே… வாசித்தேன்.

— நீங்கள் வாசித்தால் மட்டும் போதுமா.. உங்கள் வாசகர்கள் அறிய வேண்டாமா….?

— அய்யா சாமி...பொறும்...இதோ அந்த விரிவான பதிவை இங்கே எடுத்தாள்கிறேன்.

(6) ஆன்லைன் சூதாட்டத்திற்கு கல்லூரிக் குழந்தைகள் தொடங்கி பள்ளிக்கூடத்து சிறு குழந்தைகள் வரைக்கும் அடிமையாகிப் போயிருக்கிறார்கள்.

சமயபுரத்து கோயில் வாசலில் கண்ணடக்கம் விற்றுப் பிழைக்கும் ஏழைத்தாய்மார்களின் பிள்ளைகள்கூட இதில் சரிந்துபோனதைக் கண்டு உடைந்துபோனவன் நான்.

ஆன்லைன் ரம்மி விளையாட்டு எவ்வளவு மோசமானது என்பது நாம் எல்லோரும் அறிந்ததுதான்.

ஆன்லைன் ரம்மியை நடத்தும் நிறுவனங்கள் நம்மை விளையாடிக்கொண்டே இருக்குமாறு பார்த்துக் கொள்வார்கள் என்கிறார் நிகழ்ச்சியில் கலந்துகொண்ட திரு. சிவபாலன்.

நாம் விளையாடிக் கொண்டே இருப்பதற்கு அவர்கள் என்னவெல்லாம் செய்வார்கள் என்பதையும் அவர் புரிகிற மொழியில் விளக்கினார்.

இருவர் விளையாட ஆரம்பிப்பதாகக் கொள்வோம்... தொடர்ந்து நாம் தோற்றுக் கொண்டே இருக்கிறோம் எனில் காசு தீர்ந்ததும் நாம் நகர்ந்து விடுவோம்... கமிஷன் நிறுவனத்திற்குப் போகும் ஜெயித்த தொகை ஜெயித்தவனுக்குப் போகும்.

நானும் நீங்களும் ஆளுக்கு 10000 ரூபாய் எடுத்துக் கொண்டு வந்து உட்காருகிறோம்.

500 ரூபாய் பந்தயம்எனில், நான் ஐநூறு ரூபாயைக் கட்டுவேன்... நீங்கள் ஐநூறு ரூபாயைக் கட்டுவீர்கள்.

நீங்கள் வெற்றி பெறுகிறீர்கள்.

நான் கட்டிய ஆயிரத்தில் 800 உங்களுக்கு வந்துவிடும்.

மிச்சம் 200 ரூபாய் நிறுவனத்திற்கு கமிஷனாகப் போகும்.

ஆக,

ஆளுக்கு 10000 ரூபாயோடு அதாவது 20,000 ரூபாயோடு உட்கார்ந்தோம்.

முதலாவது ஆட்ட முடிவில் வென்ற உங்களிடம் 10,300 இருக்கும்

தோற்ற என்னிடம் 9,500 இருக்கும்.

நிறுவனத்தின் கையில் 200 ரூபாய் போயிருக்கும்.

இரண்டாவது ஆட்டத்தில் நான் வெற்றி பெறுவதாக வைத்துக் கொள்வோம்.

இப்போது என்னிடம் 9,800 ரூபாயும் உங்களிடம் 9,800 ரூபாயும் இருக்கும்.

நிறுவனத்திடம் 400 ரூபாய் இருக்கும்.

ஆட்டம் விறுவிறுப்பாய் நகர்கிறது.

40 முறை ஆடுகிறோம்.

ஆளுக்கு இருபதுமுறை வெற்றி பெறுகிறோம் என்றால்

80 X 200 = 16,000 ரூபாய் நிறுவனத்திற்கான கமிஷன்.

40 ஆட்டம் நான், 40 ஆட்டம் நீங்கள் சமமாக வெற்றி பெற்றிருப்போம்

நான் கொண்டு வந்த 10,000 ரூபாயில் 2,000 என்னிடம் இருக்கும்

நீங்கள் கொண்டுவந்த 10,000 ரூபாயில் 2,000 உங்களிடம் இருக்கும்

விளையாடியது நாம்.

சமமாக வென்றிருக்கிறாம்.

நாம் விளையாட விளையாட அவன் எவ்வளவு சம்பாரிக்கிறான் பாருங்கள்.

நமக்குள் ஒரு போதை வருகிறது

விளையாடாமல் இருக்க முடியவில்லை. அரசு இதிலிருந்து இளைஞர்களை மீட்பதற்கு யோசிக்க வேண்டும்.

சாமங்கவிந்து 50 நிமிடங்கள் 04.01.2022

(7) மிகத்தெளிவானப் பதிவு... தோழருக்கு என் வாழ்த்துக்களைச் சொல்லுங்கள்.. நீங்கள் வாசிக்கும் பாஞ்சாலி சபதத்தில் கீழ்க்கண்ட வரிகள் இருக்குமே...வாசித்தீர்களா

"தருமனங் கிவைசொல் வான் — 'ஐய !

சதியுறு சூதினுக் கெளையழைத் தாய் ;

பெருமையிங் கிதிலுண் டோ ? — அறப்

பெற்றியுண் டோ ? மறப் பீடுளதோ ?

வருமநின் மனத்துடை யாய்— எங்கள்

வாழ்வினை யுகத்திலை யெனலறி வேன் ;

இருமையுங் கெடுப்பது வாம் — இந்த

இழிதொழி லாலெமை யழித்தலுற்ற றாய்,

—கவனித்தீர்களா.. பாரதியே இந்த சூதாட்டத்தை இழிதொழில் என்கிறான்... ஆனால் உங்களைப் போன்ற மனிதர்கள் பணத்தின் பின்னால் பயணித்து அறம் தொலைத்தல் அன்றாட நிகழ்வாகி விட்டது. திருவான்மியூர் சம்பவம் தெரியும் தானே...?

— அறிவேன்.. அறிவேன் ! ரெயில்வே ஊழியரே மனைவியுடன் சேர்ந்து நாடகமாடிய நிகழ்வு தானே... அதற்கு முன் உங்களை

ஒன்று கேட்க வேண்டும். செய்திகளின் நிகழ்வுகளைத் தரவுகளாகக் கொண்டே இந்தக் கதையை எழுத வேண்டும்.. அதற்கு உங்கள் ஒத்துழைப்பு வேண்டும்

— நண்பரே... மன்னிக்க வேண்டும்! இதைச் சொல்வதற்கு உங்களுக்கு வெட்கமாயில்லை..... நடந்த....நடக்கும் நிகழ்வுகளின் கனபரிமாணம் புரியாமல் கதை எழுதுவதிலேயே குறியாக இருக்கிறீர்கள்.. அந்த சம்பவத்தை திரும்பவும் படித்துப்பாருங்கள்.. உங்கள் வினாவின் தரம் புரியும்.

—ஆன்லைன் சூதாட்டம் ரொம்ப படிச்சவங்களைக் கொல்லுது... ஆனா இன்னும் பாரதக் கதையின் சூதாட்டச் சருக்கம் நடந்துகிட்டுதான் இருக்கு... அறிவீரா அன்பரே..

—இதென்ன ....உங்களுக்கு மட்டும் புதுப்புதுக் கதையாக கிடைத்துக் கொண்டே இருக்கு....

—நவீன எழுத்தாளர்கள் எவரும் செய்தித்தாள் கூட ஒழுங்காக படிக்க மாட்டீர்களோ...

—யம்மாடி.... உரையாடலில் இவ்வளவு உஷ்ணம் ஆகாது... வேதாளரே... சரி என்ன நடந்தது எங்கு நிகழ்ந்தது... கூறும்... கேட்டுக் தெளிகிறேன்.

"க்கும்... இதிலொன்றும் குறைச்சலில்லை... கீழே விழுந்தாலும் மீசையில் மண் ஒட்டாக் கதைதான் உங்கள் கதை.... சொல்கிறேன்... கேளும்...!"

'ஆன்லைன் ரம்மிக்கு தடை விதிக்க முடியாது!'

தமிழகம், புதுச்சேரியில் ஆன்லைன் ரம்மி சூதாட்ட விளையாட்டுக்கு அடிமையான பல இளைஞர்கள் தற்கொலை செய்து கொள்ளும் சம்பவங்கள் தொடர்ச்சியாக அரங்கேறி வந்தன. அதனால் ஆன்லைன் ரம்மி உள்ளிட்ட விளையாட்டுகளுக்கு தடை வேண்டும் என்று எழுந்த கோரிக்கைகளின் அடிப்படையில் ஆன்லைன்ரம்மி உள்ளிட்ட சூதாட்ட விளையாட்டுகளுக்கு தடை விதித்து கடந்த 2020—ம்ஆண்டு சட்டம் கொண்டு வந்தது தமிழகஅரசு. அந்தச் சட்டத்தை எதிர்த்து ஆன்லைன் சூதாட்ட விளையாட்டு நிறுவனங்கள் சென்னை உயர்நீதிமன்றத்தில் மேல்

முறையீடு செய்தன. அந்த மனு தலைமை நீதிபதிகள் சஞ்சீவ் பானர்ஜி மற்றும் செந்தில்குமார் ராமமூர்த்தி அமர்வு முன்பு விசாரணைக்கு வந்தது.

அப்போது, தமிழகத்தில் ஆன்லைன் ரம்மி விளையாட்டுக்கு அடிமையாகி தொடர்ச்சியாக தற்கொலைகள் நிகழ்ந்ததால் அந்த விளையாட்டுகளுக்கு தடை விதிக்கப்பட்டது என்று தமிழகஅரசு வழக்கறிஞர்கள் தரப்பில் கூறப்பட்டது. இன்னொருபக்கம், "ஒவ்வோர் ஆண்டும் சுமார் 20 உயிரிழப்புகளை ஏற்படுத்தும் ஜல்லிக்கட்டு விளையாட்டிற்கு உச்சநீதிமன்றம் தடை விதித்திருக்கும் நிலையிலும், மாநிலஅரசு அதற்கென சட்டம் இயற்றி தொடர்ந்து நடத்தி வருகின்றது. ஆனால் ஆன்லைன் விளையாட்டை மட்டும் தமிழகஅரசு தடை செய்திருக்கிறது. இது சூதாட்டம் இல்லை" என்று ஆன்லைன் ரம்மி நிறுவனம் சார்பில் வாதாடப்பட்டது. இருதரப்பு வாதங்களையும் கேட்ட நீதிமன்றம், "தமிழக அரசு கொண்டு வந்த சட்டம் அரசியல் சட்டத்திற்கு விரோதமானது. இந்த விளையாட்டுகள் ஏன் தடை செய்யப்படுகின்றன என்பது குறித்து போதுமான காரணம் சட்டம் நிறைவேற்றும் போது கூறப்படவில்லை. உரியவிதிகள் இன்றி ஆன்லைன் விளையாட்டுகளுக்கு தடை விதிக்க முடியாது" என்று கூறி ஆன்லைன் விளையாட்டுக்கு அரசு விதித்த தடையை ரத்து செய்தது.

(8) ரெயில் நிலைய கொள்ளை வழக்கில் திடீர் திருப்பம்

ரெயில்வே ஊழியரே மனைவியுடன் சேர்ந்து நாடகமாடியது அம்பலம் — பரபரப்பு வாக்குமூலம்.

சென்னை, ஜன, 5— பறக்கும் ரெயில் நிலைய கொள்ளை வழக்கில் திடீர் திருப்பமாக ரெயில்வே ஊழியரே மனைவியுடன் சேர்ந்து நாடகமாடியது அம்பலமானது. சூதாட்டத்தில் பணத்தை இழந்ததால் கொள்ளை சம்பவத்தில் ஈடுபட்டதாக பரபரப்பு வாக்குமூலம் அளித்துள்ளனர்.

பறக்கும் ரெயில் நிலையத்தில் கொள்ளை.

ராஜஸ்தான் மாநிலத்தைச் சேர்ந்தவர் டீக்காராம்மீனா (வயது 28) இவர் சென்னை ஊரப்பாக்கத்தில் மனைவி சரஸ்வதி (27)

மற்றும் 3 வயதான பெண் குழந்தை, 10 மாதமான இரட்டை பெண் குழந்தைகளுடன் வசித்து வருகிறார். ரெயில்வே ஊழியரான டீக்காராம் திருவான்மியூர் ரெயில் நிலையத்தில் டிக்கெட் கவுண்ட்டரில் பணிபுரிந்து வருகிறார்.

இந்நிலையில் நேற்று முன் தினம் அதிகாலை 4.30 மணி அளவில் டிக்கெட் கவுண்ட்டர் திறக்கப்படாமல், மூடிக்கிடப்பதாக போலீசாரிடம் பயணிகள் புகார் தெரிவித்தனர். அங்கு வந்த போலீசார், கதவைத் திறந்து பார்த்தபோது, டீக்காராம் கை, கால்கள் கட்டப்பட்ட நிலையில், கிடந்தார். மேலும் தன்னை 3 பேர் கொண்ட மர்ம கும்பல், துப்பாக்கி முனையில் மிரட்டி, கட்டிப்போட்டுவிட்டு, டிக்கெட் விற்பனை செய்த பணம் 1.32 லட்சத்தை கொள்ளையடித்து சென்றுவிட்டதாக தெரிவித்தார்.

இதையெடுத்து ரெயில்வே போலீஸ் அதிகாரிகள் கொள்ளை சம்பவம் நடந்ததாகக் கூறப்பட்ட இடத்தை பார்வையிட்டு, 4 தனிப்படைகள் அமைத்து கொள்ளையர்களைத் தேடி வந்தனர். நேற்று முன்தினம் நடந்த இந்த கொள்ளை சம்பவம் தமிழகம் முழுவதும் பெரும் பரபரப்பை ஏற்படுத்தியிருந்தது.

வெளிச்சத்துக்கு வந்தது

இந்த நிலையில், இந்தக் கொள்ளை சம்பவத்தில் திருப்பு முனையாக பல திடுக்கிடும் தகவல்கள் வெளியாகி உள்ளது. அதாவது கொள்ளை சம்பவத்தில் ஈடுபட்டது, 3 பேர் அல்ல என்பதும், ரெயில்வே ஊழியர் டீக்காராமும், அவரது மனைவி சரஸ்வதியும் சேர்ந்து திட்டமிட்டு இந்தக் கொள்ளை சம்பவத்தை அரங்கேற்றி இருப்பதும் தற்போது வெளிச்சத்துக்கு வந்துள்ளது.

கொள்ளை குறித்து, போலீசார் டீக்காராமிடம் துருவித்தனர். அப்போது அவர் அளித்த தகவல்கள் பல முன்னுக்குப்பின் முரணாக இருந்தது.

கண்காணிப்பு கேமராவில் சிக்கினார்.

கொள்ளை நடந்த திருவான்மியூர் ரெயில் நிலையத்தில் கண்காணிப்பு கேமரா இல்லை. ஆனாலும், ரெயில் நிலையத்தை சுற்றியுள்ள பகுதிகளில் உள்ள கண்காணிப்பு கேமராக்களை

போலீசார் ஆய்வு செய்தனர். ஓ.எம்.ஆர். சாலையில் தொழில்நுட்ப பூங்கா பகுதியில் உள்ள கண்காணிப்பு கேமராவை ஆய்வு செய்தபோது. ஜீன்ஸ் அணிந்த இளம்பெண் ஒருவர், சம்பவம் நடந்த நேரத்தில் அந்த பகுதியில் வந்து சென்றது தெரிந்தது.

ஊரப்பாக்கத்தில் டீக்காராமின் வீட்டிற்குச் சென்று போலீஸ்சார் விசாரணை நடத்திய போது கண்காணிப்பு கேமராவில் பதிவான பெண்ணின் உருவமும், டீக்காராமின் மனைவியின் உருவமும் ஒத்துப் போனதால், அவரிடம் கிடுக்குப்பிடி விசாரணை நடத்தினார்கள். அதேபோல், அவரது குடியிருப்பு பகுதியில் உள்ள கண்காணிப்பு கேமராக்களில் டீக்காராமின் மனைவி, வீட்டில் இருந்து குறிப்பிட்டநேரத்தில் வெளியே வந்ததும், பின்னர் வீட்டுக்கு திரும்பி வந்ததும் பதிவாகி இருந்தது.

ஆன்—லைன் சூதாட்டம்.

இந்த ஆதாரங்களைக் கொண்டு, இருவரிடமும் தொடர்ந்து விசாரணையை நடத்தியபோது இருவரும் உண்மையைக் கக்கத் தொடங்கினார்கள். பணத்தை எடுத்தது தாங்கள்தான் என ஒப்புக் கொண்டனர்.

அப்போது, டீக்காராம் போலீசிடம் அளித்த வாக்குமூலம் வருமாறு :

ராஜஸ்தான் மாநிலத்தில் விவசாய குடும்பத்தைச் சேர்ந்தவன் நான். 2014—ம் ஆண்டு தெற்கு ரெயில்வேயில் பாயிண்ட் மேனாக பணியில் சேர்ந்தேன். முண்டியம்பாக்கம் ரெயில் நிலையத்தில் 3 ஆண்டுகளும், 2017—ம் ஆண்டு தாம்பரத்திலும் பணிபுரிந்தேன். பின்னர் ரெயில்வே தேர்வு எழுதி 2020—ம் ஆண்டு முதல் திருவான்மியூர் ரெயில் நிலையத்தில் டிக்கெட் கவுண்ட்டரில் ஊழியராக பணிபுரிந்து வருகிறேன். எனக்கு ஆன்லைன் சூதாட்டத்தில் அதிக ஈடுபாடு உண்டு. அதனால் அதிகளவில் பணத்தைக் கட்டி விளையாடினேன். ஒரு கட்டத்தில் பணத்தை எல்லாம் இழந்தேன். மேலும், என்னுடன் பணிபுரிபவர்கள், நண்பர்களிடம் ஆயிரக்கணக்கில் பணம் கடனாக வாங்கினேன்.

கணவன்—மனைவி கைது.

இதன் காரணமாக கடன் சுமை எனக்கு அதிகமானது. அதனை ஈடுகட்ட எனது மனைவியின் ஒத்துழைப்போடு கொள்ளை சம்பவ நாடகத்தை திட்டமிட்டு அரங்கேற்றினேன். போலீசார் என்னைக் கண்டுபிடிக்கமாட்டார்கள். தப்பித்துவிடலாம் என நினைத்துக் கொண்டிருந்த நேரத்தில், சுலபமாக துப்பு துலக்கி பிடித்துவிட்டனர். சூதாட்டத்தால் எனது வாழ்க்கை சூனியமாகி உள்ளது, என்றார்.

இதையடுத்து கொள்ளை அடிக்கப்பட்ட பணத்தை டீக்காராமின் வீட்டில் இருந்து பறிமுதல் செய்த போலீசார், இருவரையும் கைது செய்து விசாரணை நடத்தி வருகின்றனர். திருவான்மியூர் ரெயில் நிலையத்தில் கண்காணிப்பு கேமராக்கள் இருந்திருந்தால் இந்த சம்பவம் நடக்காமல் தடுத்திருக்கலாம் எனவும், கண்காணிப்பு கேமரா இல்லாததால் தான் கணவனும், மனைவியும் திட்டமிட்டு கொள்ளைச் சம்பவ நாடகத்தை அரங்கேற்றி இருப்பதாகவும், உடனடியாக பறக்கும் ரெயில் நிலையங்களில் கண்காணிப்பு கேமராக்களை பொருத்த வேண்டும் என்று ரெயில்வே நிர்வாகத்தை வலியுறுத்தி இருப்பதாக டி.ஐ.ஜி. ஜெயகவுரி நிருபர்களிடம் தெரிவித்தார்.

கொள்ளைச் சம்பவம் நடந்து 24 மணி நேரத்தில் துப்பு துலக்கி குற்றவாளிகளைக் கைது செய்த ரெயில்வே போலீசாரை தமிழக போலீஸ் டி.ஜி.பி. சைலேந்திர பாபு உள்ளிட்ட அதிகாரிகள் பாராட்டினர்.

(9) ஆன்லைன் சூதில் வெல்வது மிகமிகக் கடினம். அதன் அல்காரிதம் அதிநுணுக்கமாக உருவாக்கப்பட்டது. நியாயமாக இதன் வேலை ரேண்டமாக எண்களை உருவாக்கி அனுப்புவதுதான் என்றாலும், நீங்கள் தோல்வி அடைந்ததும் எவ்வளவு துரிதமாக மற்றுமொரு ஆட்டத்தை ஆரம்பிக்கிறீர்கள், பண இருப்பு கரைந்ததும் எவ்வளவு வேகமாக மீண்டும் ரீசார்ஜ் செய்கிறீர்கள் என்பதையெல்லாம் வைத்து நீங்கள் அடிமையாகி விட்டீர்களா, இல்லையா என்பதையும் சுசூழு கண்டுகொள்ளும். அடிமை என்று தெரிந்தால் அதன் அரக்க முகம் வெளிவரும். மிகமிகக் கடினமாகத்தான் கார்டுகளை (எண்களை) வழங்கும். மூன்று அல்லது நான்கு தோல்விகளுக்கு இடையே ஒரு சொற்ப

வெற்றியைக் கொடுக்கும். காரணம், இது நியாயமாகத்தான் செயல்படுகிறது, என்னுடைய கெட்ட நேரம் என்று உங்களை நம்ப வைக்கும் உத்தி தான் இது. ஆனால் உண்மையில் நீங்கள் எத்தனை முறை தோல்வி அடைந்தாலும் மீண்டும் வருவீர்கள் என்பதை அது நன்கு அறியும். ஒருவேளை நீங்கள் அன்இன்ஸ்டால் செய்து தப்பித்தாலும், சரியாக மூன்று நாள் கழித்து, போனஸ் பணத்தை க்ரெடிட் செய்திருக்கிறேன் வா என வலை விரிக்கும். ஆகவே அல்காரிதத்தை வென்று பணக்காரனாவது என்பதற்கு வாய்ப்பே இல்லை.

HARIHARASUDHAN THANGAVELU — FACEBOOK POST

(10) சூதாட்டத்தில் தோற்றதால் பெற்றக் குழந்தையை பணத்துக்கு விற்பனை செய்த கல் மனசு தந்தையின் கதை தெரியுமா... கேளுங்கள் அதையும்:

திருச்சி : சூதாட்டத்தில் தோற்றதால், 80 ஆயிரம் ரூபாய்க்கு குழந்தையை விற்ற தந்தை உட்பட மூன்று பேரை, போலீசார் கைது செய்தனர்.

திருச்சி, உறையூர் அருகே பாண்டமங்கலத்தைச் சேர்ந்தவர் அப்துல் சலாம், 37; மனைவி கைருன்னிசா, 32. இவர்களுக்கு இரண்டு ஆண், இரண்டு பெண் குழந்தைகள் உள்ளன. இந்நிலையில், இரண்டு மாதங்களுக்கு முன், ஐந்தாவதாக பிறந்த ஆண் குழந்தைக்கு முகமது பாசில் என்று பெயர் சூட்டி வளர்த்தனர்.

கூலித் தொழிலாளியான அப்துல் சலாம், வேலைக்குச் செல்லாமல் குடித்து விட்டு, நண்பர்களுடன் சீட்டு விளையாடி பொழுது போக்கி வந்தார். இதனால், உறவினர்களிடமும், நண்பர்களிடமும் கடன் வாங்கி இருந்தார். சூதாட்டப் பிரியரான அப்துல் சலாம், நண்பர்களுடன் சூதாடித் தோற்ற வகையில், ஆரோக்கியராஜ், 40, என்பவருக்கு, 25 ஆயிரம் ரூபாய் கொடுக்க வேண்டி இருந்தது.—தோல்விக்கான பணத்தை கொடுக்க முடியாததாலும், கடன் கொடுத்தவர்கள் நெருக்கடி கொடுத்ததாலும் மனைவியிடம் பேசி, 2 மாத ஆண் குழந்தையை, கடந்த 19ம் தேதி ஆரோக்கியராஜிடம் கொடுத்துள்ளார்.

முதலில், கணவன் சொன்னதற்காக குழந்தையைக் கொடுத்த கைருன்னிஷாவுக்கு, பச்சிளம் குழந்தை என்பதால், அதை மீட்க வேண்டும் என தோன்றியது. அதனால், ஆரோக்கியராஜிடம் சென்று பேசியுள்ளார். அப்போது, குழந்தையை தொட்டியம் அருகே, கீழ சீனிவாசநல்லூரைச் சேர்ந்த சந்தானகுமார், 45, என்பவரிடம், 80 ஆயிரம் ரூபாய்க்கு விற்று விட்டதாக தெரிவித்துள்ளார். அதில், தனக்கு சேர வேண்டிய 25 ஆயிரம் ரூபாயை எடுத்து, மீதி தொகையை அப்துல் சலாமிடம் கொடுத்து விட்டதும் தெரிந்தது.

குழந்தை விற்கப்பட்டதை அறிந்து அதிர்ச்சியடைந்த கைருன்னிஷா, உறையூர் போலீசில் புகார் அளித்தார். குழந்தைகள் பாதுகாப்பு சட்டப் பிரிவில் வழக்குப் பதிவு செய்த போலீசார், நேற்று குழந்தையின் தந்தை அப்துல் சலாம், ஆரோக்கியராஜ் மற்றும் குழந்தையை வாங்கிய சந்தானகுமார் ஆகியோரை கைது செய்தனர். சந்தானகுமாரிடம் இருந்த குழந்தையை மீட்ட போலீசார், காப்பகத்தில் ஒப்படைத்துள்ளனர்.

கைது செய்யப்பட்ட மூவரும், திருச்சி குற்றவியல் நீதிமன்றம் எண் 4ல் ஆஜர்படுத்தப்பட்டு, மணப்பாறை கிளைச் சிறையில் அடைக்கப்பட்டனர். சூதாட்டத்தில் தோற்றதற்காக, பெற்ற குழந்தையை விற்ற சம்பவம், பெரும் பரபரப்பை ஏற்படுத்தி உள்ளது.

(11) இணையத்தில் சூதாட்டம் மாதிரிப்படம்

இதுகுறித்து, பிபிசி தமிழிடம் பேசிய சைபர் தொழில் நுட்ப வல்லுநரும் வழக்கறிஞருமான கார்த்திகேயன், "ஆன்லைனில் உள்ள சாதாரண விளையாட்டுகளில் பணத்தை இழக்க வேண்டிய தேவை இல்லாததால், விளையாட்டை மட்டும் மக்கள் ஆடி வந்தனர். இதன் அடுத்தகட்டமாக ஆன்லைன் ரம்மி வந்தது. இதற்காக சொந்தப் பணத்தை வைத்து ஆடியவர்கள், ஒரு கட்டத்தில் கடன் வாங்கி விளையாடுகின்றனர். இதனால் அவர்கள் மட்டுமல்ல, அவர்களைச் சுற்றியுள்ளவர்களும் பாதிக்கப்படுகின்றனர்" என்கிறார்.

தொடர்ந்து பேசுகையில், " ஒரு விளையாட்டை ஆடும்போது ஆர்வம் மட்டும் இருக்கும். ஆனால், சூதாட்டத்தில் உங்கள் கணக்குக்குப் பணம் வரும். அதனை உங்களின் வங்கிக் கணக்கில் இருந்து எடுத்துக் கொள்ளலாம். நாம் 5,000 ரூபாயை முதலீடு செய்தால் பத்தாயிரம் வரும். ஒரு கட்டம் வரையில் பணத்தை எடுத்துக்கொள்ளலாம். அதன் பிறகு பணத்தை எடுக்க முடியாது. 'விளையாட்டில் நாம் செய்த தவறால் தான் பணம் போய்விட்டது' என நினைப்போம். ஆனால் உண்மையில் அப்படிக் கிடையாது. இவை வடிவமைக்கப்பட்ட புரோகிராம்கள்.

உங்கள் நண்பர்களை சேர்த்து விட்டாலும் பணம் கிடைக்கும். இதில் சேட் ஆப்ஷன், புரோமோஷன் ஆப்சன் இருக்கும். அதில் உரையாடும்போது மற்றவர்களையும் விளையாடுவதற்கு ஊக்குவிக்கும். இதில் எளிதாகப் பணம் சம்பாதித்து பணக்காரனாக மாறலாம் என சிலர் நினைக்கின்றனர். பணத்தை இழந்த பிறகு எப்படியாவது சம்பாதிக்கலாம் எனக் கொள்ளையடித்தாவது பணம் போடுகின்றனர். இது தனி நபரின் குற்றமாக இருந்தது. தற்போது சமூகத்துக்கு எதிரானதாக மாறிவிட்டது" என்கிறார்.

(12) அன்புள்ள டாக்டர், வணக்கம்.

பெயரைச் சொல்வதில் எவ்வித தயக்கமும் இல்லை, மாறாக குற்றவுணர்ச்சியே மேலோங்கி இருக்கிறது. என் பெயர்தர்மன் ; துபாயில் தற்சமயம் வசிக்கிறேன். இந்தியாவில் உள்ள பிரபலமான பெரியதொரு வங்கியில் சென்னையில் பணிபுரிந்த நான், அயல்நாட்டுப் பணிக்காகத் தேர்வு செய்து துபாய்க்கு கிளைக்கு அனுப்பப்பட்டேன். கைநிறைய சம்பளம்; சகல வசதிகளோடும் கூடிய அடுக்ககம். தமிழ்நாட்டின் சிறுநகரமொன்றில், மனைவி குழந்தைகள் என அளவானக் குடும்பம்.

இந்தியாவில் கிடைத்ததை விட இரு மடங்கு சம்பளம் துபாயில் கிடைத்ததில் தங்கம், வங்கி வைப்பு என சேமிப்பும் கூடியது ; மகிழ்ச்சியில் தான் பயணித்தது இல்லற வாகனம்.

இந்த நேரத்தில் தான் கொரோனா என்னும் தீநுண்மி தினங்களின் கொடுங்கரங்கள் உலக மக்களைத் தீண்டத் தொடங்கின. அந்த விஷத்தீண்டல் துபாய் நகரத்தையும் விட்டு

வைக்கவில்லை. அந்நாட்டு அரசின் உத்தரவுப்படி பொது இடங்களில் மக்கள் கூடுவது தடை செய்யப்பட்டது. வங்கிப் பணிநேரம் குறைக்கப்பட்டது. நான் பணிபுரிவது ஐடி சார்ந்த பிரிவு என்பதால் அதிகமாய் அலுவலகம் செல்ல அவசியமில்லை. அதிமுக்கியத் தேவையெனில் நடந்து செல்லும் தூரத்தில் தான் அலுவலகமும்.

கொரோனா பரவல் காரணமாக நிதிநெருக்கடி: வங்கிப்பணிகளில் சுணக்கம் காரணமாக எங்கள் வங்கிபலருக்கு விடுப்பு கொடுத்து அனுப்பிவிட்டது வேலை வேண்டாமென இந்தியா திரும்ப விருப்பப்பட்டவர்களுக்கு அவர்களின் ராஜினாமாக்கள் ஏற்றுக்கொள்ளப்பட்டன. சில நிபந்தனைகளோடு.

நான் உட்பட முக்கியப் பொறுப்புகளில் இருந்தவர்களுக்கு பெரிதாய் ஏதும் பிரச்னைகள் இல்லை. எனக்கும் பெரிதாக அலுவலகப் பணிகள் இல்லை : அந்த நேரத்தில் தான் புதிய ஆன்லைன் விளையாட்டுகள் அறிமுகமாயின. பொழுது போக்குக்காக நானும் இவ்விளையாட்டு உலகில் இறங்கினேன்... இவை நஞ்சு நிறைந்த ஆக்டோபஸ் கைகள் என்றறியாமல்.. கைபேசிகள் கூட வாழ்க்கையை கவிழ்த்துப்போடுமா.. ஆனால் அதுதான் நிகழ்ந்தது.

ஆரம்பத்தில் ஆட்களைக் கண்டுபிடிப்பது,கேரம் விளையாட்டு, பில்லியர்ட்ஸ் விளையாட்டு, வண்ணம் தீட்டுவது என்று சாதாரணமாய்த்தான் தொடங்கியது. அதெற்கெல்லாம் கட்டணம் என்று ஏதுமில்லை. ஊடாக வந்து முகம் காட்டும் ஆன்லைன் சீட்டாட்ட விளம்பரங்கள் தூண்டிலாய் இழுத்தன, என்னைக் களமிறங்கத் தூண்டின.

ஒருமுறை விளையாட்டாக பணம் செலுத்தி ஆன்லைன் ரம்மி விளையாடினேன். அந்த ஆட்டத்தில் வெற்றி பெற்று பரிசுப் பணம் கிடைத்தது ; வெற்றியும் பணமும் மனிதர்க்கு போதையூட்டும் தானே! அடுத்த முறையும் விளையாடினேன், ஜெயம் நம்ம பக்கந்தேன்! சிறப்பாக விளையாடி செழிப்பாகப் பணம் ஜெயிக்கத் தொடங்கினேன். அதனால் அலுவலக வேலைகளுக்கு மத்தியிலும் அட்டைகள் என்னை ஆட்கொண்டன. வெற்றி,

தோல்வி, வருவாய் இழப்பு என மாற்றங்களால் நிறைந்தகாலமது. ஆனாலும் வெற்றியின் போதையில் விளையாட்டை நிறுத்த முடியவில்லை.

பருவ மாற்றம் நிகழ்ந்தது! ஆன்லைன் பிசாசு அதன் ஆட்டத்தை, ஆரம்பித்தது. கொஞ்ச நாட்களில் வெற்றியும் இல்லை, பணவரவுகளுமில்லை.. ஆனால் விளையாடுவதை குறைக்க முயற்சித்தேன். பிசாசின் இரும்புக்கை என்னைக் கெட்டியாக பிடித்தனால் என் உறுதியில் தளர்வு.

ஆன்லைன் ஆட்டம் என்னை விடுவதாயில்லை!

வங்கிப்பணிகளை விரைவாக முடித்து விட்டு ஆன்லைன் சூதாட்டத்தில் இறங்கிவிடுவேன். அதற்கேற்ப விதவிதமான விளையாட்டுகள் அறிமுகமாகிக் கொண்டே இருந்தன. மொபைல் போனில் இடையிடையே வரும் விளம்பரங்கள் வேறு விளையாட்டை நினைவுபடுத்திக் கொண்டே இருந்தன. அதனால் ஆன்லைன் ஆட்டத்தில் ஆர்வம் அதிகரித்தே தவிர குறையவே இல்லை. ஒரு கட்டத்தில் சேமிப்பு குறைவதும் கையிருப்பு கரைவதும் தெரிந்தது. ஆனால் மீண்டும் விளையாடி மீட்டுவிடலாம் என வெறி கொண்டு விளையாடினேன். ஆனால் பலனில்லை. கடல் கடந்து வந்து சேமித்த உழைப்பில் ரம்மி, கும்மி கொட்டியது.

எப்படிப் பணம் போகிறது என்பது புரிந்தும் வங்கிக் கணக்கில் இருப்பை சோதிக்கும் போதும் பெரியதொரு மீள முடியா வலையில் சிக்கியிருப்பது புத்திக்கு புரியும்... தவறு செய்வது தெரியும்... ஓரிரு நாட்கள் தான் விரல்களுக்கு விரதம்.. மீண்டும் ஆரம்பிக்கும் ஆட்டம்... பேயாட்டம்! மீறி சமாளித்து வெளிவர முயற்சிப்பேன். "உங்களுக்கு போனஸ் வந்திருக்கிறது" என்று ஒரு தூண்டில் மெசேஜ் வரும். அத்துடன் கணிசமான தொகை நமது கணக்கில் சேரும். அம்புட்டுதான்! விரதமெல்லாம் பறந்து விரல்கள் பரபரக்கும்... விளையாட்டு பையனாவேன்!

இப்படியாக கடந்த இரண்டு ஆண்டுகளில் லட்சக்கணக்கில் பணத்தை இழந்துவிட்டேன். என் சேமிப்பில் இருந்த தங்கத்தை விற்று விளையாடினேன். துபாயின் தனியார் வங்கிகளில் பெர்சனல்

லோன் — வாங்கி விளையாடத் தொடங்கினேன்... கடந்த நான்கு மாதங்களாக கடன்தொகையில்தான் விளையாடுகிறேன். வீட்டுக்கு பணம் அனுப்புவதும் குறைந்து விட்டது.

விளையாடாமல் இருந்தால் கைகால்கள் நடுங்கத் தொடங்கி விடுகின்றன. ஒரு வகையான பதட்டம் வந்து விடுகிறது. ஆன்லைன் விளையாட்டைத் தவிர வேறு எதையும் யோசிக்க முடியவில்லை... எதையோ பறி கொடுத்த மனச் சோர்வில் இருக்கிறேன்.

மனைவி, குழந்தைகளிடம் உரையாடுவது குறைந்து விட்டது. குடும்பத்தினரிடமும் என்னுடன் பணிபுரிவோர்களிடமும் அடிக்கடி கோபப்படுகிறேன்! காரணமில்லாக் கோபம்.. கையாலாகாக்கோபம்!

இத்தனை விரிவாக உங்களுக்கு இந்தக் கடிதத்தை எழுதுவதற்குக் காரணம் தங்களுக்கே தெரியும் டாக்டர்... சில நாட்களுக்கு முன்பு தமிழ்நாட்டில் ஆன்லைன் ரம்மி விளையாடிய பிரச்சனையில் என்னைப் போல வங்கி ஊழியர் ஒருவர் மனைவி, குழந்தைகளை கொலை செய்ததாகச் செய்தி படித்தோம். பயமும் பதட்டமும் அதிகமாகிறது.

என்ன செய்வது என குழப்பம்... பயம்... தெளிவில்லா மனம்.. டாக்டர்! இந்த ஆன்லைன் விளையாட்டு எனும் விஷவலைக்குள் சிக்கியுள்ள எனக்கு விடுதலை கிடைக்குமோ? விடுபட என்ன செய்ய வேண்டும்....? நான் பழைய வாழ்க்கைக்குத் திரும்ப முடியுமா? இந்தப் படுகுழியில் இருந்து வெளியேற வாய்ப்புண்டா...

எனக்கு ஆதரவான ஆலோசனை சொல்லுங்கள் டாக்டர்... தங்கள் ஆதரவு நாடும்

பி.. தர்மன், துபாய்

(13) நட்புடன் தர்மனுக்கு,

உங்களின் கஷ்டம் புரிகிறது நண்பரே, நிச்சயமாக உங்களுக்கு உதவ முடியும். நீங்கள் சொல்லியதை வைத்துப் பார்க்கும் பொழுது 'ஆன்லைன் கேம்ஸ்' எனப்படும் இணையவழி விளையாட்டுகளுக்கு அடிமையாகி இருப்பது புரிகிறது. அதுவும் ஒருவிதமான போதைதான். மது போன்ற போதை பொருட்கள்

அன்பாதவன் **35**

எவ்வாறு மூளையை மழுங்கடித்து போதையை உருவாக்குகிறதோ, அதைப் போன்றே 'இணையவழி விளையாட்டு' என்ற போதையும் நம்மை அடிமையாக்குகிறது. இப்படி செயல்பாடுகளின் மீதான அதீத ஈடுபாடுகளை 'நடத்தை போதை' என்று கூறுவார்கள்.

அதாவது அளவுக்கு அதிகமாக சூதாடுவது. கம்ப்யூட்டர், செல்போன்களை தேவைக்கு அதிகமாக பயன்படுத்துவது, தொடர்ந்து ஆன்லைனில் விளையாடுவது, சமூக வலைத்தளங்களை அதிகமாக பயன்படுத்துவது, ஆன்லைனில் தேவைக்கு அதிகமாக பொருட்களை வாங்குவது போன்றவையும் இதில் அடங்கும். உங்களுக்கு ஏற்பட்டுள்ள பிரச்னையும் இந்த வகையைச் சார்ந்ததுதான். இந்த ஒரு காரணத்தினால் தான் ஏற்படுகிறது என்று எதையும் குறிப்பிட்டு சொல்லி விட முடியாது. உயிரியல், உளவியல் சமூக ரீதியான காரணங்கள் மற்றும் அவை ஒன்றுடன் ஒன்று சார்ந்து இது போன்ற பாதிப்புகளை ஏற்படுத்துகிறது.

மதுவைப்போலவே ஆரம்ப நிலையில் நாம் இதைச் செய்யும் பொழுது நமக்கு அதிகப்படியான மகிழ்ச்சி கிடைக்கும். பின்னர் அந்த மகிழ்ச்சிக்காக அடிக்கடி அதை செய்யத் தோன்றும். காலப்போக்கில் அதை நாம் செய்யாமல் இருக்கும் பொழுது அதிகப்படியான கோபம், எரிச்சல், தூக்கமின்மை, பதற்றம், கைகால் நடுக்கம், குழந்தைகளிடமும் கணவரிடமும் அன்பை செலுத்த முடியாமல் போவது என, நாம் அதிகப்படியான மன உளைச்சலுக்கு ஆளாகும் சூழ்நிலை ஏற்படும். சிலநேரங்களில் தற்கொலை எண்ணங்களும் ஏற்படும். நம் சிந்தனை, செயல் அனைத்தும் அதை ஒட்டியே இருக்கும். மற்ற எந்த விஷயங்களிலும் மனம் செல்லாது. நாள் முழுதும் மனம் அதையே நினைத்துக் கொண்டிருக்கும். நாம் அதைச் செய்தே தீர வேண்டும் என்று அதிகப்படியான ஆசை எழும். நீங்கள் செய்யும் வேலையும், நீங்கள் வேலை செய்யும் இடமும் அதற்கான சூழலை இன்னும் அதிகப்படுத்துகிறது. நீங்கள் புரிந்து கொள்ள வேண்டியது. வேண்டுமென்றே ஆன்லைன் விளையாட்டுகளில் ஈடுபட வில்லை என்பதைத்தான்.

இயல்பாக ஒரு விஷயத்தை செய்ய ஆரம்பித்தது, உளவியல் சமூகக் காரணங்களால் அது அளவுக்கு அதிகமாகி பாதிப்பை

ஏற்படுத்தியுள்ளது. இது போன்ற பாதிப்பு உங்களுக்கு மட்டும்தான் ஏற்பட்டுள்ளது என்று நினைக்க வேண்டாம். இது சமூகத்தில் கணிசமான நபர்களை தாக்குகிறது. உங்களைப் பொறுத்தவரை நீங்கள் அதைப் புரிந்து கொண்டுள்ளீர்கள். அதன் பாதிப்பை உணர்ந்து உள்ளீர்கள். அதுவே பெரிய விஷயம். அதுதான் இந்த போதையிலிருந்து நீங்கள் மீள முதல்வழி, இதில் வெட்கப்பட தேவையில்லை. அசிங்கப்பட ஒன்றுமில்லை. ஆனால் நீங்களாக விளையாடுவதை கட்டுப்படுத்திக் கொண்டு மீண்டு வருவது சற்று கடினம். ஏனெனில் உங்களுக்கு பாதிப்பு சற்று அதிகமாகவே உள்ளது. இந்தக் கேள்வியைக் கேட்கும் நேரத்தில்கூட உங்களால் அந்த விளையாட்டின் மீதான இச்சையைக் கட்டுப்படுத்த முடியவில்லை. ஓரிரு நாட்களில் இது மாறிவிடாது. நாள் பட்ட சிகிச்சை முறை அவசியம். மனநல மருத்துவரை அணுகி ஆலோசனைகள் பெறுவதும், உளவியல் சிகிச்சை முறைகள் எடுத்துக் கொள்வதும் அவசியம்.

அப்படி எடுத்துக் கொண்டால் நிச்சயம் இதிலிருந்து நீங்கள் விரைவாக எளிதில் மீளலாம். இதற்கான உரிய சிகிச்சைகளை நீங்கள் எடுக்கும் பொழுது உங்களுக்கு ஏற்பட்டுள்ள மன உளைச்சல் குறையும்... இயல்பாக இருக்க முடியும்... குடும்ப உறுப்பினர்களிடமும் அன்பாக நடந்து கொள்ள முடியும். நான் உங்களுக்குக் கூறியவற்றை உங்கள் குடும்ப உறுப்பினர்களிடமும் எடுத்துச்சொல்லுங்கள்.. அவர்கள் நிச்சயம் உங்களைப் புரிந்து கொள்வார்கள். உங்கள் சிகிச்சைக்கு குடும்பத்தில் உள்ளவர்களின் ஆதாரமும், அரவணைப்பும் அவசியம். தைரியமாக இருங்கள். இதிலிருந்து நீங்கள் கூடிய விரைவில் விடுபட்டு, பழைய நிலைமைக்கு வருவீர்கள்.

(14) என்னவெல்லாம் நடந்துருக்கு.. ஆனா நம்ம காவல் தெய்வங்கள் கடமை... கண்ணியம்... கட்டுப்பாடுன்னு ஒரு காரியம் செஞ்சுருக்கு. அடடா ! பாருங்க இந்த செய்தி துண்டை...

> *காசு வைத்து சூதாடியவர்கள் கைது. விழுப்புரம் — ஜனவரி 14.*
>
> விழுப்புரம் அருகே காசு வைத்து சூதாடியவர்களை போலிசார் கைது செய்தனர். விழுப்புரம் அருகே ஜானகிபுரம் பெண்ணையாற்று பாலத்தின் கீழ் பலர் காசு வைத்து சூதாடுவதாக

> விழுப்புரம் தாலுக்கா காவல் நிலையத்துக்கு வந்த தகவலை அடுத்து ஆய்வாளர் ராஜா தலைமையில் ஒரு காவலர் படை ஜானகிபுரம் சென்றது. அங்கு தென்பெண்ணை ஆற்றின் பாலத்துக்குக் கீழே பலர் கும்பலாக, சூதாடியதாகச் சொல்லப்படுகிறது. காசு வைத்து சூதாடிய 4 பேரையும் போலீஸ் கைது செய்தது. அவர்களிடமிருந்த ரூ.350. ரொக்கம் மற்றும் புள்ளித்தாள்களைப் போலீசார் பறிமுதல் செய்தனர்

—அடக்கடவுளே, இப்படியும் சட்டம் ஒழுங்கை பாதுகாப்பாங்களா ?

நண்பரே... உங்களைப் போன்றவர்களைப் பார்த்தாலோ நினைத்தாலோ... பரிதாபமாக இருக்கிறதெனக்கு..

—ஏன் அப்படி. எங்கள் மேல் இவ்வளவு கேவலப்பார்வை...— பின்... உங்களைச் சுற்றி நிகழும் தின நிகழ்வுகளைப் பொதுப் புத்தியில் புரிந்து, அமைதியாய்க் கடந்து விடுகிறீர்கள். என்னைச்சுற்றி எது நடந்தாலும் எனக்கோ என்னைச் சார்ந்தவருக்கோ நேராதவரை எக்க வலையுமில்லை ... என்கிற பாறை மனோபாவம் தான் வெளிப்படுகிறது இங்கு... தனக்கு வந்தால்தான் தெரியும் தலைவலியும் காய்ச்சலும் என்கிற முதுமொழிதான் எத்தனை சத்தியமானது... "எழுதுங்கள் பேனா முனையின் உரசலாவது கேட்கட்டும்" ஞாபகம் இருக்கா... ஆத்மாநாம் வரிகள் சமூகப் பொறுப்பு துளியும் இல்லாத நீங்களெல்லாம் இலக்கியவாதிகள்- த்தூ- நீங்களெல்லாம் இலக்கிய வியாதிகள்.. ஆமாம்.. இலக்கிய வியாதிகள்.

சென்று விட்டது வேதாளம்... செருப்படி வாங்கிய அதிர்ச்சியில் உறைந்திருந்தேன். முகத்தில் வழிந்தது வேதாளம் துப்பிய எச்சில்.

❑

பசி

விடியற்காலையிலேவா இந்தப் பாடு படுத்தும் இந்த ஒடம்பு.. சனியன்! என்னல்லாம் பண்ணுது புரண்டு புரண்டு படுக்கிறாள்.

தலைகுளிச்சு அஞ்சாம் நாள்னா கொஞ்சம் அப்டி இப்டித்தான் இருக்கும். அதுக்காக இந்த மட்டுமா...

உடம்பு முழுக்க ஜிவ்வுன்னு இருக்கு... மார் ரெண்டும் கெட்டி தட்ட வெண்ணைப்புட்டுப் போல பூரிச்சுப் போய் கிடக்குது. தொடையிரண்டும் இறுக்கமாகி என்னமோ பண்ணுது! அடிவயித்தில தொடங்கி அப்படியே கீழ இறங்கிற வரைக்கும் இளஞ்சூடு! இதுதான் பாடத்தில படிச்ச பசலை நோயா?

இந்த படுபாவி மனுசன் இப்பல்லாம் வூடு தங்காம வேபாரம் வெள்ளப்பூண்டுன்னு வெளியூரு போயிடுது. இங்க எம் பாடு சொல்லி மாளுல! என்னாடியம்மா இது

அக்குரும்பு அநியாயமா இருக்கு!

படுக்கையிலிருந்து எழுந்திருக்கவே மனசில்ல.. ரெண்டு கைகளையும் மார்பு குறுக்காகப் போட்டுப் பார்க்கிறாள். ம்ஹூம்! ஒருக்களித்துப் படுத்தவள் தொடைகளுக்கு நடுவில் கைகளைக் கொடுத்து வைத்தாள். அந்தச் சூடு இப்படித்தான் இருந்தது. ஆனாலும் உடம்பின் தினவுக்கு வேறு ஏதோ தேவையாயிருந்தது.

ம்மா... என முனகியவள் குப்புறப் படுத்துப் பார்க்கிறாள். மார்புகள் தலையணையில் அழுந்த.. ம்ஹூம் ... ஒரு பருப்பும் வேகலை.

கழிவறைக்குப் போகணும்போல இருக்கு. ம்ம் எழுந்திருக்கனுமா எனத் தனக்குள் சிணுங்கி மெள்ள நடந்து கழிவறைக்குச் சென்றாள்.

உடம்பில் தண்ணீர் பட்டதும் கொஞ்சம் தணப்பு அடங்கியமாதிரி இருந்தது.

'பிப்பீய்ங்க்' என்ற சத்தம் கேட்டு முன்னறைக்கு வந்து ஜன்னல் வழியாக எட்டிப் பார்த்தாள் இருட்டில் இருந்தபடியே.

எதிர் வீட்டு வாசலில் ஒரு லாரி நின்றிருந்தது. நாலைஞ்சுபேர் சாமான்களை இறக்கிக் கொண்டிருந்தார்கள்.

அது பெரிய லாரியென்றும் இல்லாமல் சின்ன சைஸ் வேன் என்றுமில்லாமல் ரெண்டுங் கெட்டானாய் சாலையை அடைத்து நின்றிருந்தது.

எதிர் வீடு போன மாசம் தொடங்கி காலியாய் இருந்தது. யாரோ குடித்தனம் வராங்க போல... வரட்டும் வரட்டும் வூடு காலியா இருந்தா லச்சுமி வரமாட்டா.. யாராவது வந்து வெளக்கேத்தினா நல்லதுதானே.. தனக்குள் ஏததோ நினைத்தவாறு உள்ளே சென்று குடத்திலிருந்து செம்பு நிறையத் தண்ணீர் எடுத்துக் குடித்தாள். குளிர்ந்த நீர் உள்ளே போனதும் கொஞ்சம் ஆசுவாசப் பட்டது போல இருந்தது.

தூர நாட்களில் இது இவளுக்குப் பெரும் பிரச்சினை! மத்த நாளெல்லாம் வெறுமனேக் கூடத் தூங்கிவிடுவாள். மூணுநாள் கழித்து ஒடம்பு செய்யும் சேட்டைகள் அதிகமா இருக்கும். தேடும்! இவளே தேடிப்போனால் வீட்டுக்காரனுக்கும் குஷிதான்! ஒண்ணுத்துக்கு ரெண்டு கிடச்சா எந்த மனுசனுக்கும் சந்தோஷம்தானே! அப்படியும் ஒரு தடவை கேட்டே விட்டாள் .. சனியன்.. இதேல்லாம் வாய்விட்டா கேப்பாங்க.. ஏம்புள்ள.. இப்ப மட்டும் இந்தாட்டம் ஆடுறான்னு கேட்டா என்னத்த பதில் சொல்ல... மனசுக்குள் சொல்லிக் கொண்டாள்...

போய்யா... ஒருத்தர் நாலு இட்டிலி சாப்டா இன்னொருத்தர் ஆறு இட்டிலி சாப்பிடறதில்லையா... ஆளுக்கு ஆள் அளவு முன்ன பின்னதத்தான் இருக்கும்... போவியா என்று மனதிற்குள் சொல்லிவிட்டு புன்முறுவலுடன் அவனை அணைத்துகொண்டதெல்லாம் இப்போ ஞாபகத்துக்கு வந்து தொலைக்குது!

லாரியின் சத்தம் நின்று போயிருந்தது. திரும்பவும் எட்டிப் பார்த்தாள். லாரி போய்விட்டிருந்தது. பரவாயில்லையே..! அதுக்குள்ள சாமான்களை இறக்கிட்டுப் பூட்டாங்களா... ம்ம்... நல்ல லாரிக்காரங்கதான் என நினைத்துக்கொண்டு எதிர் வீட்டைப் பார்த்தாள். முன்னறை விளக்கு எரிந்துகொண்டிருக்க

கதவு சாத்தியிருந்தது! வராண்டா இரும்பு கேட் திறந்தபடியே கெடந்தது. புதுசில்லையா... சாத்த மறந்துபோய் இருப்பாங்க!

நன்றாக விடிந்து வெளிச்சம் வந்திருந்தது. வாசல் கதவைத் திறந்து வெளியில் வந்தாள். விடியலின் குளிர்வாசம் முகத்தில் பட்டதும் ஜில்லென்று மேனி முழுவதும் பரவசம் பரவியது! குழாயைத் திறந்து வாசல் தெளித்து பெருக்கியவளுக்கு சிந்தனையோடியது — இன்னிக்கு என்ன கோலம் போடலாம்? அதையெல்லாம் யோசிச்சா செய்யறோம். அப்போது என்ன தோணுதோ அதுதானே! கோலமாவை எடுத்து விரல்கள் வழியாகத் திரித்து முதல் புள்ளி வைக்கும் வரைக்கும் தெரியாது! அன்றையக் கோலம் எதுவென. இந்தப் புள்ளி கோடா நீளுமா? பூவா மலருமா? — விரல்கள் விட்ட வழி! அனிச்சையாய் நிகழும் கலை.

திரும்பவும் எதிர் வீட்டைப் பார்த்தாள். வாசல் கதவு திறந்திருந்தது.

யாரோ ஒருத்தன் படிக்கட்டில் உட்கார்ந்திருந்தான். பையன் போலும் இல்லாமல் பெரிய ஆள் போலும் இல்லாமல் நடுவாந்திரமாய் இருந்தான். மொட்டையடித்து முடி லேசாய் வளர்ந்திருந்தது. நம்ம ஊர் நிறந்தான். மஞ்சள் கலந்த மாநிறம் படிக்கட்டில் உட்கார்ந்திருந்தவன் அப்படியே சாய்ந்துவிட்டான்!

அய்யயோ... யாரிடி இவன்.. என்னாச்சு இவனுக்கு என்று பதைத்தவள்... வாளி.. தொடப்பத்தை அப்படியே போட்டுவிட்டு எதிர் வீட்டிற்கு ஓடினாள்.

யாரு இவன்னு தெரியலியே படிக்கட்டில் உட்கார்ந்திருந்தவன் எப்படித் திடீரெனச் சாய்வான்? பசியா... பயணக் களைப்பா... தூக்கமில்லியா... ஒண்ணுமே புரியலியே.

மீண்டும் தன் வீட்டு வாசலுக்கு வந்தவள் ஜோடுதாளையில் தண்ணீர் பிடித்துக் கொண்டு மீண்டும் எதிர் வீட்டுக்கு ஓடினாள். அவன் முகத்தில் லேசாகத் தண்ணீர் தெளித்தாள்.

நீரின் குளிர்ச்சியில் கண் திறந்தவன் மலங்க மலங்க விழித்தான். அவனைக் கைத்தாங்கலாகத் தூக்கி சுவரோரம் உட்காரவைத்தாள். அவன் யார் இந்த வீட்டுக்கு குடித்தனம் வந்தவனா? வீட்டுப்

பொருட்களை கொண்டு வந்தவனா? எது கேட்டாலும் அவன் காதில் விழுந்ததாகவே தெரியவில்லை.

இதென்ன அக்குரும்பா இருக்கு. ஒருவேளை காது கேட்காதோ? இல்ல வாய்தான் பேச முடியாதோ?

அவன் முகத்தில் இருக்கும் களைப்பைப் பார்த்தாள். சாப்ட்டானா என்று சாப்பிடும் பாவனையில் சைகையில் வினவினாள்.

இல்லை என்பது போல் இடம் வலமாகத் தலையாட்டியதுமே தான் கொஞ்சம் நிம்மதியானாள். பாவனையிலேயே எதாச்சும் சாப்பிடுவானா எனக் கேட்க அவன் சரி என்பது போல் தலை ஆட்டினான்.

இப்பிடியா.. இம்மாம் பெரிய பையனுக்கு வாயத் தொறந்து கேக்கக்கூட முடியலியே என்று நினைத்துக் கொண்டு வீட்டுக்கு வேகமாக நடந்தாள். தெரு காலியாகக் கிடந்தது. வாசல் வேலையெல்லாம் முடிச்சிட்டுப் போயிட்டாங்க போல.

வீட்டுக்குள் வந்தவள் அடுப்பங்கரைக்குள் சென்று சன்னலைத் திறந்தாள். சூரிய உதய ஒளிக்கதிர் சன்னல் வழியாகப் புது வெளிச்சம் பாய்ச்சியது. நேத்து ராத்திரி தண்ணி ஊத்தி வச்ச பழைய சோற்றை ஒரு குண்டானில் எடுத்து கொஞ்சம் உப்பு சேர்த்தாள்! கையை விட்டுக் கலக்கியவள் ஒரு துளி விரலால் எடுத்து நாக்கில் விட்டு உப்பு பார்த்தாள்.

'சத்ட் — நாக்கில் சப்பு கொட்டிக்கொண்டவளுக்கு தெரிந்தது. சரியாய்த்தானிருக்கு. நேற்றைய காரக் குழம்பு ஊத்தி வச்சிருந்த சட்டியிலிருந்து கிண்ணத்தில் கொஞ்சம் ஊற்றிக்கொண்டாள்.

என்ன தோணிச்சோ.. சரசரவென படுக்கை அறைக்கு சென்றவள், அணிந்திருந்த நைட்டியைக் கழற்றி எறிந்துவிட்டு கையில் கிடைத்த சேலையை அணிந்து கொண்டாள். மீண்டும் சமையலறைக்கு வந்தவள், பழையதையும் குழம்பையும் எடுத்துக்கொண்டு வாசலுக்கு வந்தாள்.

எதிர் வீட்டுப் பையன்... பையனா ஆளா... எவனோ? இவன் அப்படியே சுவரில் சாய்ந்து உட்கார்ந்திருந்தான்.

தன் வீட்டுக் கதவை சாத்தி சும்மாவாவது தாழ்ப்பாள் போட்டு வெளி கேட்டையும் சாத்திவிட்டு எதிர் வீட்டுக்கு வந்தவள் இப்போதுதான் கவனித்தாள், வீட்டு சாமான்கள் அங்குமிங்குமாக இறக்கி வைக்கப்பட்டு இருந்தன. சன்னல் கதவுகள் மூடப்பட்டு இருந்தன! ஹாலில் மின் விசிறியும் இல்லை, ஹாலில் மட்டும் புழங்க கொஞ்சம் இடம் இருந்தது.

சாப்பாட்டைப் பார்த்ததுமே அவன் முகம் விரிந்தது! அடடா..... பசிதான் போல.. பாவம். பழையதையும் குழம்பையும் அருகில் வைத்தாள்.

பாத்திரத்தில் கைவிட்டவன் 'வேக் வேக்' கென்று அவசரம் அவசரமாக சாப்பிட ஆரம்பித்தான். கோழி தீனியை க் கொத்தித் தின்கிற வேகம் அவசரம்! குழம்பைச் சுவைத்துப் பார்த்தவன் முகத்தில் திருப்தி.. பளிச்சென்று தெரிந்தது.

அவன் சாப்பிடும் வரையில் அங்கணையேவா ஒக்காந்து இருக்க முடியும். எழுந்து ஒவ்வொரு அறையாகப் பார்க்க ஆரம்பித்தாள்.

சமையலறையில் ஃபிரிட்ஜும், கேஸ் ஸ்டவ்வும், ஒரு சிலிண்டரும் பாத்திர மூட்டைகளும் இறக்கி வைக்கப் பட்டிருந்தன. வாஷ் பேசின் ஓரமாக வாஷிங் மிஷின் இறக்கி வைக்கப் பட்டிருந்தது.

பக்கத்து அறையில் பிரிக்கப்பட்ட கட்டில், சுருட்டிய மெத்தை கட்டிவக்கப் பட்டிருந்த தலையணைகள், ஒரு மரத் தொட்டில்..... கைக்குழந்தை இருக்கோ என்னமோ... ஏர் கூலர் ஒன்றும் இரண்டு மின் விசிறிகளும் ஹாலின் மூலையில்..... மெதுவாக வலம் வந்தவள் மீண்டும் அவனருகே வந்தாள்.

ஹக் ஹக்.. விக்கினான்.

தண்ணிய குடிக்கிறானா பாரேன்... சற்றே வேகமாக நடந்து வந்து அவன் தலையில் தட்டினாள். குண்டானிலிருந்து நீரை எடுத்து அவனுக்குக் கொடுத்தான். மீண்டும் தலையில் தட்டி அவள் முதுகைத் தடவிக் கொடுந்தாள்!

என்னமா வேர்த்திருக்கு பாரேன் என நினைத்தவள் முந்தானையால் அவன் முகத்தைத் துடைத்துவிட்டாள். முகம் லேசாக மார்பில் பட்டது போலிருந்தது.

போதுமா என்று சைகையில் கேட்டவளுக்கு 'போதும்' என்று தலையாட்டினான். சாப்பிட்ட பாத்திரங்களை எடுத்து சற்றே ஓரமாக வைத்தாள். அவன் கையைப்பிடித்து இப்படிக்கா உள்ள நகந்துக்கோ என்பது போல அவளை உள்ளே இழுக்க, அவனும் மெள்ள நகர்ந்து ஹாலின் மையத்துக்கு வந்தவன் அவளையே பார்த்துக்கொண்டிருந்தான். களைப்பு காணாமல் போயிருந்தது. இவளும் அருகில் வந்து அவன் கண்ணைப் பார்த்தாள். ஏதோ புரிந்த மாதிரி இருந்தது. மெள்ள எழுந்தாள், வாசல் கதவை தாளிட்டு மீண்டும் அவனருகே வந்தாள், மீண்டும் 'என்னமா வேர்க்குது பாரேன்' என்று சொல்லிக் கொண்டே அவனருகில் நெருங்கி கழுத்திலிருந்த வியர்வையைத் துடைத்துவிட்டாள். மிரண்டுபோய் பார்த்தான் அவன். நெருக்கமாய் அவள்... முழுதாய் அவள்... இழுத்தாள், அணைத்தாள்!

— வெறுந்தரையிலேயே சாய்ந்தாள்! மீஹூம்!

ம் ஹூ! சாய்த்தாள்!

எந்த விளக்குக்கு எந்த ஸ்விட்ச் என்ற வித்தை தெரிந்தவள்!

துவண்டாள்! தொட்டாள்! துள்ளினான்! பரவினான்!

மோகம் கூட வேகம் கூடியது!

கூடமா! கூடல்நகரா...!

முக்கல் முனகலில் என்னவென இனம் பிரிக்க முடியாத ஓசை!

லயத்துடன் கூடிய உடல்களின் இசை!

புழுக்கமாவது... வேர்வையாவது... வெறுந்தரையாவது, அழுக்காவது எதையும்

உணரும் நிலையில் உடம்புகளுக்கு பொறுமையில்லை..

தெருவில் ஆள் நடமாட்டம் தொடங்கிவிட்டிருந்தது, பால்காரர்கள் சப்தம்... பேப்பர் பையன்கள் சைக்கிள் சத்தம்... தொடங்கி கோடிவீட்டு பால்காரர் வீட்டு மாடுகளின் அணிவரிசை ஓசை! பள்ளிப் பிள்ளைகளின் சந்தோஷத் துள்ளல். இருசக்கர வாகனங்களின் வேகம் தெறிக்கும் ஹாரன் அலறல்... காய்கறி,

கீரை விற்பவளின் கீரைம்மா, கீர... வாழப்பூ வாழத்தண்டு, வாழல சப்தம் — மீனு மீனு — மீன்காரரின் கரகர குரல்... தெரு இயங்கத் தொடங்கிவிட்டது!

கதவைத் திறந்து வியர்வை துடைத்தபடி வெளியில் வந்து வீதியைப் பார்த்தாள் ரெண்டு புறமும் யப்பாடி... தெரிஞ்ச மூஞ்சி யாருமில்ல. அவசரம் அவசரமா வீட்டுக்குள் வந்தாள். மறுபடியும் பசிக்கிறது போலிருந்தது.

***

நன்றி : திரு. கிருபானந்தன், இரண்டடி உயர உலகம், சிறுகதை தொகுப்பு குவிகம் வெளியீடு.

ஜான்சிராணி

"மிச்சம் மீதி எச்ச எலையில கொடுக்க இது உங்க வீட்டு சொந்தக் கல்யாணமா.... காது குத்தா... அரசாங்கம் ஜனங்களுக்கு ஏற்பாடு செய்யுற அன்னதானம். இங்க எல்லாரும் சமம். யார் வேணும்னாலும் யார் கூட ஒக்காந்தும் சாப்புடலாம்." —உச்சஸ்தாயியில் ஒலித்த ஜான்சிராணியின் குரலில் எரிமலையின் சீற்றம் வெப்பம் !

"கவர்மெண்ட் ஃபங்ஷன்தான்.... அதுக்காக நாங்களும் நீங்களும் சமமாயிடுவோமா... நரிக்குறவ நாயிங்களுக்கு வாயப் பாத்துயா...." எகத்தாளமாய் வன்மம் துப்பியது ஒரு காவிக்கரைவேட்டி.....!

"நரிக்கொறவர் வூட்டாண்ட ஓட்டுகேட்டு கும்பலா வந்தீங்களே.. அப்பல்லாம் நாங்க இனிச்சோம். இப்போ கசக்குறமா... கட்ன பொண்டாடிய வச்சிக் காப்பாத்த துப்பில்லாதவனோட கட்சிதான நீ... அடுத்த தடவ வருவல்ல... அப்போகாட்டுறோம் நரிக்கொறவங்கன்னா யாருண்ணு ! — அனல் அடங்கவில்லை ஜான்சிராணிக்கு !

" இப்போ... எதுக்கு சீன் கிரியேட் பண்ற.... அவா என்ன தப்பா சொல்லிட்டா.... அப்புறமா மீந்த மீதியெல்லாம் ஒங்க கூட்டத்துக்கு தர்ரன்னு தானே சொல்றா...." — தொந்தி பெருத்த குரலொன்றின் பஞ்சாயத்து.

"அப்பா... சாமி..... நீங்க செத்த வாய மூடிகிட்டு இருக்கீங்களா.... நீங்க கோயிலுக்குள்ள ஒழைச்சா சாப்புடறீங்க.... பிரசாதம் என்ற பேர்ல.... நெய்யும் பாலுமா லவுட்டிகிட்டு போவுல... மறுபடியும் சொல்றன்.....! இது யாரோட சொந்தக் காசுலயும் நடத்துற ஃபங்சன் .... இல்ல.....! அரசாங்கம் நடத்துற சமபந்தி போஜனம் ... போஸ்டர்ல மட்டும் வெளம்பரமா... போடுறீங்க... எழுதுற எழுத்துக்கு அர்த்தம் தெரிஞ்சு பேசுங்க....."

சற்றே ஆச்சர்யத்துடனும், திகைப்புடனும் நடந்த நிகழ்வுகளை கைபேசியில் பதிவு செய்து கொண்டிருந்தேன்.

— நான் யார் என்பது அவ்வளவு முக்கியமில்லை...

ஆனாலும் இந்தக் கதையை சொல்லியாக வேண்டுமென்பதால் நான் என்னை அறிமுகம் செய்து கொள்வதில் தவறில்லை எனத் தோன்றுகிறது.

நான் ஒரு செய்தியாளர்.... ஆனால்.... அது பழைய காலம் இப்போது நவீன யூட்யூபர்... அதாவது தெரிஞ்ச சேதி தெரியாத சேதி.... இலக்கிய மொழி நடையில் நிகழ்வும் புனைவுமாய் நெய்து யூட்யூபில் ஏற்றி பார்க்க கேட்க வைக்கும் பலரில் நானும் ஒருவன்...

கிடக்கட்டும்... யதேச்சையாக இந்த சமபந்தி விருந்து நிகழ்ச்சிக்கு வந்தவனுக்கு கிடைத்த சுவை உணவு... இதோ இனி காணொளியில் கண்டு கேளுங்க.....

—கோயிலாண்ட பதினொன்றரை மணி போல வந்து....

நின்னோம்ங்க... பன்னெண்டு மணியாகியும் மொதல்

பந்தியில எங்க சனத்த விடல....

ரெண்டாவது பந்தில சாப்பாடு போடறச்ச.

கரவேட்டி கட்டுன சாரு ஒருத்தர் வந்து எங்க

எலைய எல்லாம் எடுத்து கெடாசிட்டு....

"ஏய்.... ஒங்க கும்பல்லாம் எந்திரிங்க....

வெளிய போய் ஒரு ஓரமா நில்லுங்க.... மிச்சம் மீதி

எதுனா இருந்தா குடுக்க சொல்றன்"னு சொன்னாரு

எங்க கூட்டத்தில் இருந்த ஒருத்தர்....

ஏஞ்சாமி சாப்புட ஒக்காந்தவங்கள இப்பற தொரத்துரது சரியான... நாயமா.... ஏங்கனுக்கே இது நல்லதா தெரிதா.." என்று கேட்டாரு....

அதுக்கு அந்த சாரு.... கெட்ட வார்த்தல்லாம் சொல்லி எங்கள திட்டனாரு.... மூங்கில் தடியொன்ன எடுத்து எங்கள அடிச்சாரு.. என் மேலயும் ரெண்டு அடி விழுந்தது...

அப்போது தான் எனக்கு ரொம்ப கோவம் வந்து கேள்வியா கேட்டேன்...”

“ஒன் பேர் என்னம்மா....”

“ஜான்சிராணி சாரு.... எங்கண்ணன் பேரு சுபாஷ்”

“ஜான்சி.... இப்படி அவமானப்பட்டு அந்த சாப்பாட்டை நீங்க சாப்பிடத்தான் வேணுமா....”

“சாரு..... ஒரு நாள் நாங்க சாப்புட்டு போறது எங்களுக்கு முக்கியமில்ல சாரு..... இது சாப்பாட்டு விசயமில்ல... தயவு செஞ்சி புரிஞ்சுக்கோங்க.....!

படிப்பு இல்லாம போனதனால தான இந்த அசிங்கம்... அவமானமெல்லாம்... இப்புடி எலவச சாப்பாட்டுக்கும் ஆலாப்பறக்குறதெல்லாம்.

எங்க சமூகத்து பசங்க படிச்சிருந்தா நல்ல வேல கெடச்சி நாங்களும் ஒங்கள மாதிரி முன்னேறுவோம்ல.

முன்னெல்லாம் எங்க ஆளுங்க வீட்டுலதான் கொழந்த பெத்துக்குவோம். இப்ப கொஞ்ச வருசமாதான் ஆஸ்பத்திரி போறாங்க. எங்க ஆளுங்கள்ள யாரு தைரியமான பொம்பளையோ அவங்கதான் பிரசவம் பாப்பாங்க. தானா வெளிய வருதான்னு கொஞ்ச நேரம் பொறுத்துருந்து பாப்பாங்க. இல்லன்னா கையி ரெண்டையும் கயித்தால மேல தூக்கி கட்டிட்டு மேல் வயித்துல கைய வச்சு கீழ அமுக்குவாங்க. பலதடவ செத்துக்கூட போயிடும். எண்ணிக்க இல்லாமெ பெத்துக்கறதால எறந்தே பொறந்துருச்சுன்னாலும் பெருசா கவலப்பட மாட்டோம்.

ஆத்தாளும் மகளும் ஒன்னா கொழந்த பெத்துப்போம். குடும்ப கட்டுப்பாடே பண்ணிக்க மாட்டோம். இப்ப அதெல்லாம் மாறி போச்சு. எச்சி எலை எடுத்துகிட்டு காடு மேடு சுத்திகிட்டு ஊசி, பாசிமணிய பழய கஞ்சிக்கி குடுத்துட்டு ஊருக்குள்ளேயே இருந்தப்பதான் வீட்டுலேயே பிரசவமெல்லாம். இப்ப அரசு ஆஸ்பத்திரியில தான் நாங்க யாவாரமே பாக்குறோம். ஊசி, பாசியோட சேத்து வேற சில சாமானும் வாங்கி வச்சு டவுனுப்பக்கம் போயி விக்க ஆரம்பிச்சுட்டோம். எல்லாத்துக்கும் ஆஸ்பத்திரிக்கு போவோம்.

நாங்களும் நாகரிகமா மாறிட்டு வர்றோம். எச்சிலல எடுக்குறது இல்லை, நெதமும் குளிப்போம், வெளியூரு போனா மாராப்பு போட்டு சேல கட்டுவோம். எங்க பசங்க ஐஸ்கூலுல படிக்கிறாங்க. முன்னல்லாம் நாகரிகமா இல்லன்னு சொல்லி ஆஸ்பத்திரியில டாக்டருங்க திட்டுவாங்க. குளிச்சுட்டு வாங்கன்னு சொல்லுவாங்க. இப்ப மாறிட்டதால எல்லா வைத்தியத்துக்கும் ஆஸ்பத்திரிதான் போறோம்.

முன்ன காடை, கவுதாரி, நரிக்கறி, முயல் கறின்னு தின்னுட்டு ஒடம்பு தெடமா வச்சுருப்போம். காட்டு மூலிகை, விலங்கோட எலும்பு, ரெக்க எல்லாத்தையும் கலந்து எரிச்சு எந்த நோயா இருந்தாலும் நாங்களே மருந்து, தைலம் தயாரிப்போம். அதே மாறி பிரசவமும் நாங்களே பாத்துப்போம். இப்ப எங்க வாழ்க்கையே மாறி போச்சு. ஓசிக்காக யாருட்டையும் கையேந்தாம ஒழைக்க ஆரம்பிச்சுட்டோம். நாங்களும் ஒங்களப் போல படிச்சவங்க கிட்டதான் வைத்தியம் பாத்துக்குறோம்.

ஒங்களுக்கு தெரியுமா... சாரு.... நாங்கெல்லாம் நாடோடிக் கூட்டம்.. பழங்குடி இனம்... ஆனா. பாருங்க சாரு... எங்கள மிகப் பின்தங்கியவர் பட்டியல்ல சேத்திருக்காங்க... எங்களுக்கான வாய்ப்பை யாரோ எடுத்துக்குறதனால நாங்க இப்படி அல்லாடுறோம்."

—பேசி முடித்த பின்பும் ஜான்சிராணிக்கு ஆவேசத்தில் மூச்சு வாங்கியது...

"ஜான்சி இவ்ளோ விவரமா பேசுற... உங்க பேரெல்லாம் கூட.... உங்க சமூகத்துல வைக்கிற பேர் மாதிரி இல்லாம தேர்ந்தெடுத்து வச்ச மாதிரி இருக்கு...."

"சரியாத் தான் கேக்குறீங்க சாரு... எங்க நரிக்குறவர் உங்க பாஷைல சொன்னா 'ஊசிமணி பாசிமணி ஷாமியோவ்' இல்லாட்டி குருவிக்காரங்க....

எங்க சமூகத்து ஆம்பளங்களுக்கும் பொம்பளங்களுக்கும் எந்த ஊர்ல பொறக்குறமோ அந்த ஊர் பேர வச்சிடுவாங்க...

ஆம்பள ஆளுன்னா கோலியனூர்ல பொறந்தா கோலியனூரான்.. சானிக்குப்பத்தான் அதேபோல.. பொம்பளவோ

எந்த ஊர்ல பொறக்குதோ அந்த ஊர் பேர் வச்ச.. பாண்டிச்சேரியா பாய்.... மதுராந்தகத்தா பாய்ன்னு பேர் வப்பாங்க.

நாங்கல்லாம்... நாடோடிக் கூட்டம்... வேட்டைச் சமூகம் வேட்டையாடி வாழறது தான் எங்க பொழப்பு.. காலம் மாறமாற... எங்க பொம்பளங்க பாசிமணி பின்னக் கத்துகிட்டோம். பாசிமணில டிசைன் டிசைனா செஞ்சு பொது இடங்கள்ல வித்து அந்த வருவாய்ல சாப்புறடோம்....

இன்னைக்கும் எங்க ஆம்பளங்க வேட்டைக்கு போவாங்க.. எங்க குடும்பத்துக்கு தேவையானதை மட்டும் வேட்டையாடி கொண்டு வந்தா... எல்லாரும் பிரிச்சு சமைச்சு சாப்பிடுவோம்."

"அது சரி.... இந்தப் பேரு...."

"அதுவா... சாரு... எப்பவோ... எங்க குடிசைங்க இருக்கிற எடத்துக்கு ஒரு கலெக்டரம்மா வந்தாங்க... அவுங்க பேரு சிவகாமி... அவுங்க தான் எங்க பெரியவர்கள் கிட்ட பேசுனாங்க...." "நீங்கள்ளாம் தான் படிக்கல... உங்க பிள்ளைங்களையாவது படிக்க வையுங்கண்ணு சொன்னாங்க."

அப்போ எங்களுக்கெல்லாம் பள்ளிக்கூடம் கெடயாது. அந்த கலெக்டரம்மா புண்ணியத்துல அஞ்சாவது வரைக்கும் இருக்கிற ஒரு ஸ்கூல தெறந்தாங்க ஒரு டீச்சரு ஸ்கூல்.

மகாலட்சுமி டீச்சர் எங்க மேல ரொம்ப அடிக்கடி அக்கறை எடுத்து படிப்பு, சுகாதாரம் எல்லாம் சொல்லிக்குடுத்தாங்க.. இப்போ அந்த டீச்சரு ஜவ்வாதுமலை ஸ்கூல்ல இருக்காங்க.

அந்த மகாலட்சுமி டீச்சர் தான் எங்க பேரையெல்லாம் மாத்தி வச்சது! இப்போ எங்க பழைய பேரு என்னன்னு எங்களுக்கு மறந்துடுது" அடடே! தெரியுமே...மகாலட்சுமி டீச்சர்... முகநூலில் பிரபலம்.. மலைவாழ் மக்களின் குடும்பத்து பிள்ளைகளின் கல்விக்காகவே தன்னை ஒப்படைத்துக் கொண்டவர். ஆலங்காயம் பகுதியில் ஒரு பள்ளிக் கட்டடம் சரிவர கட்டப்படவில்லை என்பதற்காக அப்போதைய ஆளுங்கட்சி பிரமுகராய் இருந்த ஒப்பந்ததாரரை முகத்துக்கு நேராக கேள்விகளால் கிழித்ததற்குப் பரிசாக பணி நீக்கம் பின் சட்ட ரீதியான போராட்டமென அறவழி

நிற்பவர். ஆசிரியப் பணியில் இருந்து கொண்டு வட்டி பிசினெஸ், ட்யூஷன் வருமானம் எனக் கல்லாக் கட்டும் வாத்தியார்கள் மத்தியில் மகாலட்சுமி விதி விலக்கு.

அதே மூச்சோடு நரிக்குறவர் குறித்த தகவல்களப் சேகரிக்க தொடங்கினேன்.. மிகு சுவாரஸ்யமான விவரங்கள்:

குறவர்கள் நாடோடி இனத்தைச் சார்ந்தவர்கள். இவர்களின் தொழில் மற்றும் சமூக அமைப்பு முறைகளில் 20வது வகை குறவர்கள் இருப்பதாகக் கூறுகின்றனர். குறவன் என்றவுடன் நமக்கு நினைவுக்கு வருவது தெருவோரங்களில் படுத்து உறங்கும் நரிக்குறவர்களைத்தான். ஆனால் குறவன் என்ற சமூகத்திற்கும் நரிக்குறவனுக்கும் எந்தவித சம்பந்தமும் கிடையாது. அவர்களது மொழி, கலாசாரம், பழக்கவழக்கங்கள் சாதாரண குறவர் இன மக்களின் பழக்க வழக்கங்களில் இருந்து மாறுபட்டதாகும்.

இவர்கள் கர்நாடகத்தில் ஹக்கி பிக்கி என்றும் ஆந்திராவில் நக்கவாண்டோ என்றும் அழைக்கப்படுகின்றனர். இவர்கள் பாரம்பரிய உண்டிகோலால் குருவி அடிப்பது, நரி பிடிப்பது மற்றும் மலைச் சாரல் பகுதியில் வாழ்ந்தவர்கள். இவர்களின் வாழ்வாதாரத்திற்காக மணிகள் தயாரித்தல் மற்றும் விற்பது போன்ற மாற்றுத் தொழிலை செய்து வருகின்றனர்.

குறவர்கள் வாழ்க்கை நாடோடி வகையைச் சார்ந்ததால், இவர்களின் வாழ்வில் நடைமுறை விஞ்ஞானமும் கலந்தே இருக்கும்.

* பாட்டுப்பாடி பச்சை குத்துவதும் குறத்திகளின் தொழில்.

இன்று பலர் நவீனமாக நாகரிகப் பச்சை குத்திக் கொள்கின்றனர்.

* குறவர்கள் கூடாரங்களில் வசிப்பவர்கள். தற்போது அரசாங்கம் இலவச வீடு மற்றும் வீட்டுமனை பட்டாக்கள் வழங்கி வருகின்றது. குறவர்கள் பிழைப்புக்காக ஊர் ஊராகச் சுற்றுவார்கள். எங்கு சென்றாலும் அவர்கள் பொருள்களையும் எடுத்தே செல்வார்கள். பொழுது போக்குகாக ரேடியோவை தோலில் கயிறு கட்டி வைத்துக் கொண்டு பாட்டுக் கேட்ட வண்ணம் இவர்கள் வேலையைப் பார்ப்பார்கள்.

தற்போது நாகரீகமாகக் கையடக்க ரேடியோ (walkman) கேட்டு மகிழ்கிறார்கள்.

* இப்படி செல்லும் போது கைக்குழந்தையும் தன் தோளில் துணியை அடக்கமாக கட்டி அதன் மேல் குழந்தையை அமர்த்தி எடுத்துக் கொண்டு தன் வேலைகளில் ஈடுபடுவார்கள்.

தற்போது தன் குழந்தையை எடுத்துச் செல்ல தோலில் எடுத்து செல்லும் பை (boby sling) பயன்படுத்துகிறார்கள்.

* குறவர்கள் மணிக்கோர்க்கும் போது பாசிமணி ஊசி மற்றும் இதர பொருள்களை இடுப்பில் (பெண்கள் கழுத்தில்) பை அல்லது டப்பா கட்டி வைத்துக் கொண்டு சுலபமாக வேலை செய்வார்கள்.

தற்போது இடுப்புப்பை (Pouch) பயன்படுத்துகிறார்கள்.

இவர்கள் தமிழ், இந்தி, மராத்தி கலவையான பேச்சு வழக்கு பேசுகின்றனர். இவர்களின் நாடோடி கலாச்சாரத்தின் காரணமாக வாக்ரி பூலி மொழி என்ற புதிய மொழி உருவானது.

இவர்களில் பெரும்பாலானோர் படிப்பறிவு அற்றவர்கள். எனினும், சுகாதாரத்தில் கவனம் உடையவர்கள். காண்பதற்கு சுத்தமில்லாமல் இருந்தாலும், இவர்கள் வாழையடி வாழையாக உட்கொள்ளும் நாட்டுமருந்துகள், இவர்களின் உடல் ஆரோக்கியத்தைப் பாதுகாக்கிறது. குறிப்பாக, குழந்தைகளுக்கு வயிற்றில் பூச்சிகள் வராமலிருக்க, வருடத்திற்கு ஒரு முறை தங்களது பாரம்பரிய மருந்தினைத் தருவர். ஆண்கள் துப்பாக்கிச் சுடுவதிலும், கவண்வில்லிலும் (உண்டிவில்) திறமை மிக்கவர். பெண்கள் கலை வேலைப்பாடுகளில் கைதேர்ந்தோர் ஆவர்.

இந்த சமூகப் பெண்கள் கழுத்தில் வண்ணமயமான பாவாடை மற்றும் மணிகளை அணிந்திருந்தனர். ஆண்கள் நீண்ட முடியை வைத்திருப்பார்கள். இந்த மக்கள் காட்டில் வாழ்ந்தனர். அவர்கள் விலங்குகளையும், பறவைகளையும் சாப்பிடுவார்கள். வழிபாட்டு முறையில் சிவனை முழு முதற் கடவுளாகக் கொண்டாலும் (தாதாஜி) சடங்குகளில் காளி, ஈஸ்வரி, மாரியம்மன், துர்க்கை என்று பெண் கடவுளர்களுக்கே முக்கிய இடமிருக்கிறது. சடங்குகளின் அர்ப்பணிப்பு தேவியரையே சேருகிறது. அதேபோல

தேவியரே குறிசொல்லும் பூசாரியில் தோன்றி சனங்களுக்குத் தீர்வு வழங்குகிறாள். நரிக்குறவர்களிடம் இருக்கும் இன்னொரு முக்கியமான வழிபாட்டு முறை எருமைப் பலியிடல்.

இது போல் குறவர்கள் வாழ்வில் கலந்துவிட்ட விஞ்ஞானம் என்று சொல்லிக்கொண்டே போகலாம். குறவர்கள் வாழ்க்கை இயற்கையோடு சேர்ந்தே இருப்பதால் இவர்களின் வாழ்க்கையின் அனுபவ விஞ்ஞானம் அதிகம் காண முடியும்.

இலக்கியங்கள், கதைகள், பாடல்கள், சினிமாக்கள் என்று அனைத்திலும் குறவன் குறத்தியைப் பற்றி சொல்லாத ஊடகங்கள் இல்லை!! ஆனால் இவர்கள் இந்திய சமுதாயத்தை சேர்ந்தவர்கள்தான் என்பது பலருக்கும் புரியாத புதிர். இதற்கு இவர்களின் சமூக அமைப்பும் சமூகக் கட்டுப்பாடும் மற்ற சமுகத்திடமிருந்து விலக்கியுள்ளது. தேர்தல் சமயத்தில் மட்டுமே இவர்களை இந்தியர்களாக மதிப்பதும் பிறகு மறந்துவிடுவதும் வாடிக்கையாகும்.

இன்றைய தலைமுறையினருக்கே இவர்களைப் பற்றிக் கேட்டால் யார் அவர்கள் என்ற கேள்வி தான் வருகிறது.

//சமூக அநீதி இழைக்கப்படுவதைக் குறித்து எந்தத் தமிழ்க் குழுக்களும் பெரிதாகக் கவலைப்படுவதாகத் தெரியவில்லை.//

அதுதான் மொத்தமா இவர்களை ஒதுக்கியாச்சே...உங்கள் தலைப்பைப் போல் வரலாற்றில் காணாமல் போனவர்கள் !!?

//தெளிவாக உருவான குடும்ப அமைப்பு முறை, சகோதர — சகோதரி பாசம், புரிந்துணர்வு, பொருளாதரத்தைத் தாண்டி நிம்மதியான நிறைவை நாடும் மனப்பாங்கு ஆகியவை நரிக்குறவர் இனத்தை முன் மாதிரியாகக் கொள்ளத் தூண்டுகின்றன//

நிச்சயமாக இவை தெரிந்து கொள்ளப் பட வேண்டியவை தான்.

நானெடுத்த அந்த காணொலி சமூகவலைத் தளங்களில் தீயாய்ப் பற்றிக்கொள்ள நிகழ்ந்தது ஒரு மகா ஆச்சர்யம்! இரண்டு நாள் கழித்து அதே கோயிலில் மீண்டுமொரு சமபந்தி விருந்து....

ஜான்சி சமூக மக்களுக்கு சிறப்பழைப்பு.....

மிகச் சரியாக உணவு நேரத்தில் அந்தக் கார் வந்து நின்றது. எந்த படோடோபங்களுமில்லாமல்.

வெண்வேட்டி... வெண் சட்டையுடன் புன்னகை மிளிர வணக்கம் கூறி வந்தவர் நம் முதல்வர் அய்யா... புன்முறுவலோடு நடந்து வந்தவர் ஜான்சிக்கு பக்கத்தில் அமர்ந்தார். உணவுண்ணத் தொடங்கினார்...

சமூக நீதி தலைவனின் தனயனல்லவா !ஊடக 'பளிச்' களுக்கும் விருந்து !

சமபந்தி விருந்து முடிந்தவுடன், கிளம்பிய முதல்வரின் வாகனம் நின்றதோ ஜான்சியின் இல்லத்தில்.... இந்தமுறை ஜான்சி செய்திராணியாக... ஜான்சியின் கோரிக்கைகள் நிர்வாகத்தின் இது காறும் கேளாச்செவிகளில் கொண்டு செல்லப்பட்டது.

" என்னம்மா ஜான்சி.... என்ன வேணும் சொல்லு.... ஒனக்கு" — முதல்வரின் குரலில் ஒரு தந்தையின் ஈரம்.

"அய்யா... சந்தோசமா இருக்குங்க.... எங்களயெல்லாம் மனுசராவே மதிக்காத சூழல்ல... அய்யா எங்கவூடு தேடி வந்துருக்கீங்க... ஒங்களுக்கு மரியாத பண்ண எங்ககிட்ட ஒன்னுமில்லீங்க... எங்க சந்தோசத்துக்காக இந்த மணிமாலைய எங்க மரியாதையா ஏத்துக்கிடணும்ங்க..."

"அடடே... மகிழ்ச்சி"

ஜான்சியின் மகள் கரங்களால் முதல்வருக்கு மணிமாலை சூட்டப்பட... காமிராக்கண்களில் ஆச்சரியம்... செய்திகளில் அதிர்வனல் !

"இது யாரும்மா... ஒன்னோட மகளா.." விசாரித்த குரலில் பரிவும் வாஞ்சையும்.

"ஆமாங்கய்யா.... என்னோட மகள் கருணைநிதி... அய்யா கால்ல விழுந்து ஆசீர்வாதம் வாங்கிக்கோடி.."

"அடடே... இதெல்லாம் வேணாம்மா. எப்பவும் யாரும் யார் கால்லயும் விழக்கூடாது. சுயமரியாதையும் தன்மானமும் தான் நம்மளுக்கு பெரும் சொத்து! படிச்சிருக்கிறயாம்மா. நீ...

கருணைநிதி ! உன் பேரக் கேட்டதுமே சந்தோஷமாயிட்டம்மா...” கருணைநிதி யாரோட பேர் தெரியுமா ?

“தெரியுங்கய்யா” வெட்கப்பட்டாள்

“அய்யா... என் பொண்ணு +2 வரைக்கும் படிச்சிருக்காங்க. மேற்கொண்டு படிக்க ஆசப்படறாங்க அய்யா....”

“கருணைநிதி ஒனக்கு எந்த படிப்பு படிக்கணுமோ சொல்லு... என்னோட சொந்த செலவுல படிக்க வைக்கிறன். வேற என்ன உதவி வேணும்ணாலும் கேளு...”

“ரொம்ப நன்றிங்க அய்யா. . என் மகளுக்கு தெய்வமாட்டம் நீங்க பொறுப்பேத்துகிட்டீங்க... ஆனா இங்க இருக்குற நரிக்குறவர் இருளர் ஜனங்களுக்கு எந்த வித வசதிகளும் இல்லீங்க அய்யா..”

“நிச்சயமா... உடனடியா கவனிக்க சொல்றன்... சரியா....உங்க சமூகத்தை பழங்குடியினர் பட்டியல்ல சேக்குறதுக்கு ஒடனடியா உத்தரவிடறேன் போதுமா.

எல்லாருக்கும் வணக்கம்”

கிளம்பிய முதல்வரின் கழுத்தில் செந்நிறப்பவழ மாலை பளிச்சிட்டது !.

கருணைநிதி முகத்தில் பெருமிதம்.

❑

குத்து விளக்கு

“எந்தா பிரஷ்னை பறையும்” — முகத்தில் எவ்வித சலனமுன்றி வினவினார் நம்பூதிரி

“அது.... அது வந்து....”

“சாரே.... ஃபுல் டீடெயில் சொல்லெங்கில் நானில்லா எண்ட பகவதி அம்மேவும் நிங்களுக்கு ஹெல்ப் செய்ய வழியில்லா.... மனசிலாயி.. ம் ம் பறையும்... பறையும்”

இருள் நிறைந்த அந்த அறைக்கு மேலும் திகிலூட்டுவதாய் கேரளத்து குத்து விளக்குகளின் ஐந்திரிகளின் ஒளி நம்பூதிரி முகத்தில் ஒளிர அடர்ந்த தாடி... பெரிய மீசை ...சுருட்டி கட்டப்பட்ட கொண்டை, கரிய பெரிய விழிகள் யாவும் பயங்கரத்தை துப்பின . அவன் குரலிலோ கர்ண கடூரம், உக்கிரம் உறைந்த முகத்தில் சலிப்பும் வெறுப்பும்... ரத்தத்தில் தோய்ந்த சதைத் துண்டங்களாய் குங்குமத்தில் அழுத்திப் பிழியப்பட்ட எலுமிச்சை துண்டுகளின் வழியாக சிதறியது சிவப்பு.

பக்கத்துவீட்டு இந்திராணி அக்கா திடீரெனக் காணாமல் போனாள். போக்குட்டி நாயருக்கு பிறந்த ஐந்து குழந்தைகளையும், ஐந்தென்றா சொன்னேன். செத்துப்போன தலைச்சனோடு சேர்த்து ஆறு குழந்தைகளையும், அம்போவென விட்டுவிட்டு காணாமல் போனாள். யாரோடோ ஓடிப் போனதாக பேசிக் கொண்டார்கள். அவளின் சரீரத்தை நினைத்துப் பார்த்தால்... எப்படி ஓடிப் போக முடியும் என பிள்ளைக் கிறுக்கல் மனசுக்குள் ஓடியது.

எங்கெங்கோ தேடிச் சலித்து, பல ஊர்களுக்கு ஆளனுப்பி , யார் யாரிடமோ விசாரித்து திசைகள் ஏதும் தெரியாமல் என்னையும், அவரின் மூத்த மகன் தேவராஜையும் இந்த நம்பூதிரியிடத்தில் விழுப்புரத்திலிருந்து சிதம்பரத்துக்கு அழைத்து வந்திருக்கிறார் போக்குட்டி நாயர்.

நாங்கள் உள் நுழைந்தபோது சற்று தூரத்தில் ஒரு அக்கா தலைவிரி கோலமாக சம்மணமிட்டு உட்கார்ந்திருந்தாள். என்

அம்மா வயசிருக்கும். அவளிடமிருந்து பெரும்மூச்சும் ‘ம்ம்’ என்கிற ஹூங்கார சப்தமும் வந்து கொண்டிருந்தது. அவள் உடம்பு உட்கார்ந்த நிலையிலேயே சுழன்று கொண்டிருந்தது.

நாங்கள் அமர்ந்திருந்த அந்த அறைக்குள் தான் அந்த பெண்மணியும் இருந்தாள். தலைவிரிக் கோலமாய்.. பயந்து விரிந்த கண்கள்... கண்ணீர் வழிந்து காய்ந்த உப்புக்கோடுகள். சிரம் தொடங்கி பாதம் வரை நம்பூதிரி தூவிய மஞ்சள் குங்குமப் பொடிகளின் வண்ணச் சங்கமம், அவளுடைய அடித் தொண்டையில் இருந்து ஒரு வித சப்தம்... பயம் கிளப்பும் வித்தியாசமான ஒலி. அறுபட்ட ஆட்டுக்கிடாயின் மருண்டு வெறிக்கும் விழிகளைப் போல ஆழ்ந்த பெருமூச்சின் சிற்றொலி தவிர வேறெதும் சப்தமின்றி நம்பூதிரியையே திகைப்போடும் திகிலோடும் பார்த்துக் கொண்டிருக்கும் கண்களில் மருட்சி.

“சொல்லடி... யார் நீ... எவ்விட இருந்து வர...”

“ம்ம்.. நானா ரத்தக்காட்டேரிடா, ஒங்கம்மா.. நீ,ஒன்னோட அக்கா தங்கச்சி எங்கிருந்து வந்தாங்களோ அங்க இருந்து தான் வர்ரன்”

வேப்பிலை கொத்தால் அவளின் சிரசில் இருந்து இடுப்பு வரை வருடிக் கொடுத்தவன் அருகிலிருந்து சாட்டையை எடுத்தான் சுழற்றினான்.

‘மடார்.. மடார் மடார்’

சாட்டையின் வேகம் ! நடுங்கியது அவள் தேகம்.

“வேணாண்டா.. வேணா. அடிக்காதடா,

போயிடறேன்’ நான் போயிடறேன்”

“ம்ம்.. அங்ஙனம் பறையடி எண்ட மோளே.”

பார்த்துக் கொண்டிருந்த எனக்கு கால்சட்டை ஈரமானது பயத்தில் நல்லவேளையாக அதிக சேதாரமின்றி அடக்கிக் கொண்டேன்.

“பூஜ சாமானெல்லாம் வாங்கியிருக்கா சேட்டா” எல்லாம் சரியா இருக்கா” — ஒன்றுமே நடக்காதவன் போல் கேட்டான் நம்பூதிரி

“கம்ளீட்டாயிட்டுண்டு” என்ற தேவராஜின் அப்பா, பையில் இருந்து தேங்காய், வாழைப்பழம், எலுமிச்சை, மஞ்சள், குங்குமம், சுருட்டு இத்யாதிகளை எடுத்து வெளியே வைத்தார்.

“தட்சண ஹண்ரட் ரூப்பீஸ்”

“ஆஹா... இருக்கு” பையில் துழாவி எடுத்தார்.

‘ம்ம்.. பறையும்’

தேவராஜின் அப்பா சொல்லத் தொடங்கினார் ...

‘என்டே பாரியாள்... என்ன விட்டுட்டு ஓடிப் போயி...”

“.. டீடெய்ல பறையும் சேட்டா....”

“எண்ட பேர் போக்குட்டி நாயர்... கேரளத்தில் கொல்லம் டிஸ்டிக்... ரயில்வேயில், விழுப்புரம் ஜங்ஷனில். டி. டி. ஆர் பணி செய்யும். “

“ம்..ம்.. பாரியாள் பேரு... வயசு”

“பாரியாள் பேரு இந்திராணி... வயது 36 ...”

“குஞ்சுகளுண்டோ”

“ஆணும் பொண்ணுமா 6 பேர்”

“36 வயசுகுள்ள, ஆறு புள்ள பெத்தவ இந்திராணி அக்கா யாருகூட ஓடிப்போயிருப்பாங்க? எதுக்காக ஓடணும்... கொழந்தைகளை ஏன் விட்டுட்டு ஓடணும்” வயசுக்கு மீறிய யோசனை

“36 வயசுக்குள்ள... ஆறு புள்ளெகளாடா... அவ பொம்பளையா.. புள்ள பெக்குற மெஷினா...எப்படிடா.. ஒன்ன மாதிரி ஆம்பள கூட வாழுவா...”— குரல் வந்த திசையைப் பார்த்தோம்.

“ஏய் சும்மா இருடி... வந்த இடத்துல வம்பை வாங்குறா பாரேன்..”— அந்தப் பெண்மணியுடன் வந்த மற்றொரு பெண்மணி அதட்டினாள். அநேகமாய் அவளது அம்மாவாக இருக்க வேண்டும்.

“என்ன ஏண்டி... வாய மூடச் சொல்ற... பெத்தவளா நீ”

“என்னா அடி அடிக்கிறான். இந்த படுபாவி சாட்டையாலேயே... பாத்துகிட்டு கம்முனு தான இருக்க... தாயாம் தாயி...”

“எல்லாம் உன்னோட நல்லதுக்கு தாம்மா..”

“இப்படி சொல்லி சொல்லித்தான இந்த சாந்தாவை எல்லாத்துக்கும் பொறுத்து போவ வச்சீங்க... பள்ளிக்கூடம் போவக்கல ஆம்பளப் பசங்க கூட வெள்ளாண்டா அப்பங்காரன் திட்னான்.

காலேஜ்ல.. பசங்க கூட பேசுனா.. அண்ணங்காரன் அடிச்சான்.. படிச்சு முடிச்சு... பேங்க்ல வேலைக்குப் போனா.. புருஷங்காரன் சந்தேகப்பட்டான்..

தெனமுமாடி ஒருத்தி ஆம்பளங்க கிட்ட சித்ரவதை பட முடியும்... ஏய் ஆத்தாக்காரி. என் ஒடம்புல எத்தினி எடத்துல சிகரெட் சூடு வச்சிருக்கான். தெரியுமா.. பாக்குறியா.. பாக்குறியா... பொறுத்துப் போவணுமாம் பொறுத்து.. இப்படி சொல்லி சொல்லி என்னெய மனநோயளியாக்கிட்டீங்க எல்லாரும்... போதாக்குறைக்குப் பேய் புடிச்சுருக்குன்னு சொல்லி இந்த மந்திரவாதிகிட்ட இட்னு வந்திருக்கீங்க.. நாசமாத்தான் போவீங்க.. நீங்கல்லாம்.”

—மூச்சு வாங்கியது.. அந்தப் பெண்ணுக்கு கண்களில் நீர்த் தாரை !

“தண்ணிக் குடு ..கொஞ்சம் குடிக்க”

“சாமி... தண்ணித் தரலாமுங்களா...”

‘தேவராஜ் அப்பா பையிலிருந்து எடுத்து வைத்த பூஜை சாமான்களில் கருத்தாயிருந்த நம்பூதிரி ‘சரி’ என்கிற பாவனையில்.. “ம்ம்..” — என்றார்.

அம்மா அந்த அக்காவுக்கு குடிக்கத் தண்ணீர் பாட்டிலை கொடுத்தாள்.. வாங்கிய வேகத்தில் ‘மடக் மடக்’கென குடித்தவளுக்கு இன்னமும் பெருமூச்சு அடங்கவில்லை.

“யம்மா...” என்றழைத்தவள் சுண்டு விரலை உயர்த்திக் காட்டினாள்.

“சாமி பாத்ரூம் அழைச்சிட்டு போய் வர்ரேன்”—என்ற படி பெற்றவள் மகளைத் தொட்டுத் தூக்கினாள்.

எழுந்தவள் விரிந்து கிடந்த கூந்தலை கோடாலி கொண்டையாய் முடித்தாள், கைகளை உதறி... சோம்பல் முறித்தாள். கண்களைச் சுழல விட்டவள் மெல்ல அடி எடுத்து வாசல் வரை நடந்தாள்..

திடீரெனத் திரும்பினாள்.. வேகமாய் எட்டு வைத்து பூஜைக்கு வைத்திருந்த குத்துவிளக்கை எடுத்தாள்.

கேரளக் குத்து விளக்கு நம்மூர் விளக்குகளில் இருந்து சற்றே வேறுபட்டது. நீளம் ஒரே அளவாக இருந்தாலும், விளக்கின் முகப்பில் நம்மூர் விளக்கு மாதிரி மயில் முகமோ அல்லது வேறு ஏதும் பூ வடிவமோ இருக்காது. ஆனால் கேரளா விளக்குகள் முகப்பு கூராக ஈட்டி முனை போல, இருக்கும். வட்ட வடிவ பீடம்... விளக்கூற்றும் எண்ணெய் கிண்ணமும் வட்ட வடிவம், நம்மூர் குத்துவிளக்குகளைப் போல ஐந்து திரிகளுக்கு முகம் கொண்டவையில்லை. ஆனால் முகப்பு மட்டும் நல்ல கனத்துடன் தாமரை மொட்டு போல வடிவமைக்கப்பட்டிருக்கும்.

“ஏய்... பொம்பளைங்கன்னா அவ்ளோ எளக்காரமா பூட்ச்சா.. உன்ன மாதிரி ஆளுங்களுக்கு” என்று பெருங்குரலெடுத்து கத்தியபடிய கையிலிருந்த குத்து விளக்கை நம்பூதிரியின் வயிற்றில் செருகினாள்.

“எண்ட அம்மே...” என்ற நம்பூதிரி வயிற்றைய பிடித்தபடி சுருண்டு விழுந்தார்.

“நீயும் எம் புருஷன் மாதிரியே சில்ற சித்ரவதை குடுத்துருப்ப.. ஒம் பொண்டாட்டி ஒன்னோட சில்ற சித்ரவத தாங்க முடியாம ஓடிட்டா...” — என்றவள் குத்து விளக்கின் பின் புறத்தால் தேவராஜின் அப்பா மண்டையில் ஒரே அடி... ரத்தம் கொட்டியது.

அடித்தவள் குத்துவிளக்கை கையில் எடுத்துக் கொண்டபடி வெளியே ஓடினாள்..

நானும் தேவராஜும் அவள் பின்னாடியே வெளியில் ஓடி வந்தோம்.

சின்னப்பசங்க இருவரும் அவளையே மிரட்சியுடன் பார்த்து கொண்டிருந்தோம்.

"தம்பிகளா இந்தாங்க பழம் எடுத்துக்குங்க. பயப்படாதீங்க. நீங்களாவது உங்க கூட பழகுற பொண்ணுங்கிட்ட கனிவா.. இருங்க.. அன்பா இருங்க அனுசரணையா இருங்க போய் வாங்க... இங்க எல்லாம் வர்ராதீங்க... இவுனுவோ அயோக்கியனுங்க'

"கரெக்ட்டுடா... அந்த அக்கா சொல்றது... ரொம்ப கரெக்டுடா"— முதல் முறையாக பேசத் தொடங்கினான் தேவராஜ்.

அவன் முகம் தெளிவாய் இருந்தது.

❏

உலக்கை ஒபாவ்வா

சித்ரதுர்கா சென்றிருக்கிறீர்களா.. ஒரு முறை போய்ப் பாருங்கள்! உலக்கையோடு நின்றிருக்கும் வீராங்கனையின் சிலையை இன்றைக்கும்... உலக்கையையும் நம்பிக்கையையும் இரு கைகளில் கொண்ட வீராங்கனை ஒருத்தியைக் குறித்து அறிந்து கொள்வதில் தடையேதுமுண்டா வாசகரே உங்களுக்கு?

அவள் பெயர் ஒபாவ்வா..! உலக்கை ஒபாவ்வா!

சற்று பொறுங்கள்! உங்கள் ஆர்வம் எனக்கு புரிகிறது! எனினும் சரித்திரத்தின் சில பல — சுவடிகளை வாசித்து விட்டுதாம் ஒபாவ்வாவிடம் செல்லலாம்!

கோட்டை மேல் ஏறுவது அவ்வளவு எளிதா... அதுவும் சித்ர துர்கா கோட்டை... மெல்ல மெல்லத்தானே முதலடி எடுத்து நடக்க வேண்டும்!

அறிந்ததில்லையா... நீங்கள் சித்ர துர்கா கோட்டை குறித்து....! அதற்குத்தான் சொன்னேன்.... வரலாற்றின் சில பக்கங்களை சுருக்கமாகவேணும் வாசித்து விட்டு பின் பயணிக்கலாமென... சித்ர துர்கா கோட்டைகள் நிறைந்த இந்தியாவின் கர்நாடகாவில் உயரமான மலைகள் மற்றும் கற்பாறைகளால் சூழப்பட்ட ஒரு சிறிய நகரம். அதில் ஒரு அழகான கோட்டை! 1550 முதல் 1700 வரை சுமார் 250 ஆண்டுகள் நாயக்க வம்சத்தினர் இந்த நகரத்தை ஆண்டனர். 1700 களின் பிற்பகுதியில் நகரத்தின் உரிமையானது இரு பெரும் சக்திகளுக்கு இடையே ஒரு பிரச்னையாக மாறியது. "அழகிய கோட்டை" என்று கன்னடத்தில் பொருள்படும் இக்கோட்டை, 17 வது மற்றும் 18 ஆம் நூற்றாண்டுகளுக்கு இடையில் இராஷ்டிரகூடர், சாளுக்கியர்கள், போசளப் பேரரசு மற்றும் சித்ர துர்காவின் நாயக்கர்களால் கட்டப்பட்டது.

அந்நாளில், தக்காணத்துக்குத் தெற்கே, பெரும்பகுதியை விஜயநகரப் பேரரசு எனும் மாமத யானை தன் தும்பிக்கைக்குள் வைத்திருந்த காலமொன்று உண்டு!

சித்ர துர்காவின் மலைக்கோட்டையை நீங்கள் பார்த்திருந்தால் அங்கிருந்து திரும்பவர விரும்பவே மாட்டீர்கள்.... என்ன.....! சித்ரதுர்கா—வின் அனலைத் தாங்கும் சக்திதான் உங்கள் உடலுக்கு வேண்டும்!

ஏழடுக்கு சுற்றுகளால் மிகப் பிரம்மாண்டமாய் கட்டப்பட்டது சித்ர துர்கா கோட்டை....

இன்றைக்கும் கர்நாடகத்துக்கும் ஆந்திரத்துக்கும் எல்லைப் பகுதியாக பெரும்பாறைகள் சூழ்ந்திருக்கிறது சித்ரதுர்கா. கோட்டையின் கல்வெட்டுகளின் மூலம் இது கி.மு 3 வது மில்லினியம் வரையில் உள்ள் வரலாற்று நிகழ்வுகள் குறிக்கப்பட்டுள்ள்து. இது இக்கோட்டையின் பழமையை குறிக்கிறது. 1500 கி.பி. மற்றும் கி.பி. 1800 ஆம் ஆண்டுகளுக்கு இடையில், சித்ர துர்கா கோட்டை விஜயநகர சாம்ராஜ்யத்துடன் தொடங்கி ஒரு கொந்தளிப்பான வரலாற்றைக் கண்டது. ஹொய்சாலாவிலிருந்து இந்த பிராந்தியத்தை விஜய நகரப் பேரரசு கட்டுப்பாட்டில் கொண்டது. விஜயநகர் ஆட்சியாளர்கள் நாயக்கர்களை அவர்களின் வம்சாவளி ஆட்சிவரை தங்கள் கட்டுப்பாட்டுக்குள் இராணுவத் தளபதிகளாகக் கொண்டு வந்தனர். பிறகு சித்ர துர்காவின் நாயக்கர்கள் இப்பகுதியின் சுதந்திரமான கட்டுப்பாட்டை எடுத்துக் கொண்டனர். அவர்கள் 200 ஆண்டுகளாக தங்களின் கடைசி ஆட்சியாளர் மடகாரி நாயகா, மைசூர் சாம்ராஜ்யத்தை சேர்ந்த ஹைதர் அலியால் தோற்கடிக்கப்படும் வரை ஆண்டனர். அதுவரையிலும் அவர்களின் கோட்டை மற்றும் அவர்களின் மாகாணத்தின் இதயமாய்த் திகழ்ந்தது.

கர்நாடகத்தின் வடபகுதியில் வேர் பிடித்த விஜயநகரப் பேரரசு அரிகரர், புக்கர் என்போரால் விதையூட்டப் பட்டதெல்லாம் பள்ளிப்பருவ வரலாற்றுப் பாடத்தில் நீங்கள் கிபடித்தது தான்! கிருஷ்ண தேவராயர் எனும் இளம்புயலின் வீர வேகத்தில் குட்டி தேசங்கள் பலவும் கும்பிடு போட்டு சரணடைந்தன!

எனினும் வீரம் மிளிரும் ராஜாங்கர்களை பெருமைப் படுத்த விஜயநகர ஆட்சி தவறியதில்லை.

அவற்றுள் ஒன்று தான் சித்ர துர்கா ஆட்சியும்!

ஆந்திரத்தின் உட்பகுதியில் இருந்து வந்த நாயக்க ஆட்சியாளர்களை நன்றாகவே மரியாதை செய்தது விஜயநகரம்!

சித்ர துர்கா மற்றும் சுற்றியுள்ள பகுதிகளுக்கு ஆட்சியாளராக சாலுவ நரசிம்மராயரை நியமித்து கவுரவப்படுத்தியது விஜயநகர அரியணை!

யானைகளுக்கும் வீழ்ச்சி என்பது உண்டு தானே!

விஜய நகரமெனும் பிரம்மராட்சசப் பேருரு மறையத் தொடங்கிய 1565களில் கர்நாடகாவின் பாளையக்காரர்களில் பலரும் தங்களை தாங்களே விஜயநகரப் பேரரசிலிருந்து விடுவித்துக் கொண்டு உதயசூரியராய் உருவாயினர்!

சித்ரதுர்கா..., மதுரை, மைசூர், தஞ்சை, செஞ்சி எனும் வரலாற்று மையங்களின் முகம் மாறிய காலமது!

திம்மண்ண நாயக்கரின் வீரப் புதல்வன் ஓபண்ணா, மதகரி நாயக்கனாக சித்ரதுர்காவின் அரியணை ஏறியது 1754ல்! பராக்கிரமத்தினால் தன் பதவிக்கு பெருமை சேர்த்தவன் மதகரி நாயக்கன்!

இந்த மதகரியை அடக்கும் அங்குசமாக தெற்கிலிருந்து வந்தவன் நவாப் ஹைதர் அலிகான்! நமக்கெல்லாம் நன்கு தெரிந்த மைசூரின் ஹைதர் அலிதான்.....!

ஹைதர் அலிக்கு மைசூர் அரண்மனையில் அமர்ந்திருப்பதை விடவும் போர்ப்புரவியில் அமர்ந்து புயலெனப் பயணிப்பதே ருசித்தது!

1779 — ல் மைசூரிடம் வீழ்ந்தது சித்ரதுர்கா!

சித்ரதுர்கா என்பதை அழகிய கோட்டை என்றும் சொல்லலாம்! சரிங்க அய்யா! போர்களிலும் பதவிச் சண்டைகளுக்கும் ஒரு புறம் இருக்கட்டும்.... என்னவோ உலக்கை என்றெல்லாம் தொடங்கிய கதை சித்ர துர்காவின் கோட்டை மதில் சுவர் போல வளைந்து நெளிந்து நெடுந்தூரம் பயணிக்கிறதே... எங்கள் மீது கருணை காட்டி கதையை சொல்லலாகாதா....

உங்கள் மன மொழி கேட்கிறதென் செவியில்.... இதோ.... இப்போது.. அந்த வீராங்கனையின் கதை.. உங்களுக்கு..

ஒபாவ்வா... உலக்கை ஒபாவ்வா... நாயக்க மன்னனின் வாயிற்காப்போன் முத்தஹனுமா என்பவனின் தர்மபத்தினி!

ஹைதர் அலி எனும் சிங்கம் மதகரி நாயக்கனின் மீது மைசூரிலிருந்து வந்து படை கொண்டு தாக்கிய 1779 ம் ஆண்டு...

கோட்டைக்கு உள்ளேயும் வெளியேயும் நாலாவித அரண்களும் ஒழுங்கு செய்யப்பட்டு காவல் பலப்படுத்தப்பட்டு மிகப் பாதுகாப்பாக மதகரி உணர்ந்த தருணமது!

மைசூர் சிங்கமோ போர் வெறியில் ரத்தப் பசியில் கோட்டையைச் சுற்றி வந்தது....

"ஒருவழி.... ஒரே ஒரு வழி கிடைத்தால் போதும்... இண்டு இணுக்கு சிறு சந்து கிடைத்தாலும் போதும்... கோட்டைக்குள் நுழைவேன்.. கொத்தளத்தில் என் கொடி பறக்கும்." — ஹைதர் அலி ஆவேசமாய் வீரர்களிடம் உரையாற்றிய நேரம்!

உடலெங்கும் யுத்த தந்திரங்களைப் பதுக்கி வைத்த நவாப் ஹைதர் அலிகானுக்கு ஒரு வழி திறந்தது.... அவன் கண்களில் ஒளி பிறந்தது.

பாறைகளுடாக... ஒருவர் மட்டுமே பையத் தவழ்ந்து சென்று கோட்டையின் உட்புகும் ஆள் நுழையும் துளையது..

இருளையும், காற்றில்லா கசகசப்பையும் சகித்து ஆயுதம் சுமந்து மெல்ல மெல்ல ஊர்ந்தே இந்தப் பக்கத்திலிருந்து கோட்டைக்கு உட் பக்கம் செல்ல வேண்டும்!

அரச கட்டளைகளை மீற முடியுமா...

தவழத் தயாரானது ஒரு சிற்றணி!

பாறைச் சந்துக்கு இந்தப் பக்கம் கோட்டைக்குள் காவல் பணியில் இருந்தவன் முத்தஹனுமா.... அவனுக்கும் பசிக்கும் தானே!

அவன் ஒருவன் மட்டுமே காவல் பணியில்... மாற்றாளும் கிடையாது. அருகிலிருந்த வீட்டுக்கு ஓடினான் முத்தஹனுமா..

“ஒபாவ்வா.... ஹேஹூடுக்கி எல்லி.... மொத்தே ஈருளி பேக்கு... பசிக்கிறது... சீக்கிரம் வா....”

கேழ்வரகு களியுடன் காரவெங்காயம்! அருகில் அமர்ந்து பரிமாறினாள்.

வந்தான்... தந்தாள்...

“சற்றே பொறுங்கள், கிணற்றிலிருந்து நீர் இறைத்து வருகிறேன்.”

“க்கும்... சாப்பிட வருபவனுக்கு நீரில்லா இல்லு... என்ன பெண்மணி நீ....” —சலிப்பில் கணவன். புருஷ சலிப்பை போக்கும் வித்தை தெரிந்தவள் ஒபாவ்வா....

சட்டென அவன் கன்னத்தில் ஒரு முத்தமிட்டவள்...

“ஐதே நிமிஷா.... இதோ வர்ரன்”

“மெல்ல மெல்ல... யாராவது பார்த்துவிடப் போகிறார்கள்”

குடத்தை எடுத்துக் கொண்டு பாறை குளத்துக்குச் சென்றாள். குளத்துக்கு மிக அருகில்தான் அந்த பாறைப் பொந்து....

அவளுக்குக் கேட்டது அந்நியரின் பேச்சொலி....

“யாரோ வருகிறார்கள்... எவர் அவர்... அன்னை பூமியில் அடியெடுத்து வைப்பவர்... அதுவும் இந்த ரகசிய வழியில்...”

—மனதை ஒருமைப்படுத்தி கூர்ந்து கவனித்தாள்...

“இது என் மொழி அல்ல வேறு பாஷை..எனில் இவர் நம்மவர் அல்ல... அந்நியர் உஷார்”

ஒருகணம் யோசித்தாள்... காவல் கணவனைக் கூப்பிடலாமா... பாவம் பசியோடு வந்திருக்கிறான்... உணவருந்தட்டும்... சுற்றும் முற்றும் பார்த்தாள்..

“அடடே... ஒலக்கே...! வாங்கடா வாங்க.. எலிப்பயல்களா... உலக்கையை எடுத்தாள்...!

அவன் தவழ்ந்து தவழ்ந்து பைய முன்னேறினான்.

பாறைப் பொந்து வழியாக.. தலையை நீட்டினான்.. ஒரே போடு உலக்கையால்... சத்தமாய்க் கத்தவும் வழியின்றி சரிந்தவனை இழுத்து குளக்கரையோரம் கிடத்தினாள்.

"எங்கேடா போன... சத்தமே காணோம்"

இன்னொருவன் தலைகாட்ட.. இரண்டாம் அடி... வீழ்ந்தான் அவனும்.

"தூங்கிட்டானுங்களா மடையன்கள்"

பின் மற்றொருவன்...

"எவனுக்கும் பொறுப்பில்ல... ஒரு குரல் கொடுக்கலாம்ல"

பிறகு வேறொருவன்... பல கைக்கொண்டு உலக்கையடி!

வெளியே இருக்கும் படைகளுக்கு எந்த சந்தேகமும் எழாதபடிக்கு ஒவ்வொருத்தனாய் வீழ்த்தி.. ஓரம் கிடத்தினாள் ஒபாவ்வா...

களியையும் வெங்காயத்தையும் ருசித்து திரும்பிய காவல்காரன் திடுக்கிட்டான்.

சற்றுமுன் ஈர முத்தம் கொடுத்துப் போனவளா இவள். ஆக்ரோஷமாய்... விழிகள் விரிய... உலக்கையில் ரத்தம் வழிய மூச்சு வாங்க நின்றிருந்தாள் ஒபாவ்வா...

"அவர்கள் வருகிறார்கள்..." — குருதியால் சிவந்த உலக்கையை உயர்த்தியபடி.. பெருங்குரலில் சொன்னாள் ஒபாவ்வா..

" அந்நியர் வருகிறார்கள்"

சட்டென சுதாரித்த முத்தஹனுமா... போர் முரசை கொட்டிட பேரிகையின் பேரொலி ... கோட்டைச் சுவருக்குள் ஒலித்தது.

உலக்கையடி வாங்கிய ஒருத்தன் அரை மயக்கத்தில் விழித்தான்.

"இவளா... இவளா... நம்மை தாக்கினாள்..."

சித்ரதுர்காவில் சிறு உலக்கையும் போர் புரியுமோ... ஆயுதமாகுமோ"

மெல்லத் தவழ்ந்து மெதுவாய் எழுந்தவன் தன் இடுப்பிலிருந்த குறுவாளை.. ஒபாவ்வாவின் இடுப்பில் செருகினான்.

வீரக்குருதி வெளிப்பட.. கோட்டை மண் சிவந்தது.

முத்த ஹனுமானிள் முரசம் முழங்கியது...
மதகரி மன்னனின் ஆயுதப்படை திரண்டது.
சங்கம் முழங்க சண்டமாருதம்!
ரத்தத் தீவீனில் குற்றுயிராய்க்கிடந்த
ஒபாவ்வா வின் உயிர் பெருமிதத்துடன்
பிரிந்தது..
சித்ரதுர்காவின் வீரவிசித்திர ஒயிவ்வா—வின்
புகழ் அலையென எழுந்தது.

நன்றி: மகாகவி

❑

தடுப்பூசி

"அய்யோ! இந்த மாஸ்க் வரமா சாபமா...? சந்தோசமா... சல்லையா..?" தனக்குள் பொங்கி வந்த எரிச்சலைத் தான் கொண்டு வந்த கைப்பேசி மீது காட்டியவள் 'ணங்' கென்று மேசை மேல் வைத்தாள்.

வெள்ளை நிற N 95 மாஸ்க்கை கழற்றி கடுப்புடன் மேசைமேல் வைத்தவள் ஆசை தீர, 'புஸ் புஸ்' என்று மூச்சை இழுத்துவிட்டாள்.

"அப்பாடி... இப்போதான் சொகமா இருக்கு... என்னதான் நர்ஸ் பணியென்றாலும், நாள்பூரா இந்த துண்டு கவசத்தை முகத்தில் அணிந்து கொண்டேவா இருக்க முடியும்...? இதுல பேரப் பாரு முகக் கவசமாம்... க்கும்"

மருத்துவமனைக் கேண்டீனில் அம்மாவைப் பார்த்ததுமே அழுகை பொங்கிக் கொண்டு வந்தது துர்காவுக்கு.... ஓடி வந்தவள் அம்மாவின் தோளில் சாய்ந்து விசும்பினாள்..

— ஏம்மா. ஏன் அழுகுற... என்னடி ஆச்சு..—துர்காவின் கண்ணீர் தன் சேலையை நனைத்த ஈரத்தை உணர்ந்தவள் —ஏய்.. செல்லப் பொண்ணே... பாரு... எல்லாம் பாக்குறாங்க... கொஞ்சம் அமைதியா இரு.. என்ன நடந்ததுன்னு சொன்னாத்தானெ புரியும் எனக்கும்...

—அம்மா.. இன்னிக்கு அந்த ஆள... என்னோட வார்டுல பாத்தேன் மா.. அதிர்ச்சியா ஆயிடுச்சி... தாங்கல எனக்கு..

—எந்த ஆளு... யாரப் பாத்த.. இப்பிடி தலையுமில்லாம வாலுமில்லாம மொட்டத் தாத்தன் குட்டய்ல வுழுந்தான்ற கதையா சொன்னா எனக்கு என்ன புரியும்...

சொல்றன்மா... வா... அதோ அந்த வேப்ப மரத்தடிக்கு போவோம்..அங்கதான் யாருமில்ல...

— சொல்லுடி இப்போ... யாரப் பாத்த.. ஏன் அதிர்ச்சியான.. ஏனிப்பிடி இப்போ அழுது வடியுற..

—அந்தாள் தாம்மா... பாலகுரு ...உன்னோட புருஷனோட தற்கொலைக்கும் என்னோட புருஷனோட கொலைக்கும் காரணமா இருந்தானே அந்த படு பாவியத்தான் இன்னைக்கு பாத்தன்..

—அந்த கொரங்கு கட்சிக்கார வக்கீலா ...அவனையாப் பாத்த.. சரியா சொல்லுடி தாயே ...அவன் தானா...

—ஆமாம்மா.. அந்தாளேதான்.. என் கண்ணால பாத்தன்... என் வார்டுல தான் இருக்கான்

—அட நாராயணா... தும்பம் தும்பமுன்னு கோயிலுக்குப் போனா அங்க ஒரு தும்பம் ஜிங் ஜிங்ன்னு ஆடுச்சான்ற கதையால்ல இருக்கு.. என்னத்த சொல்ல.. — என்ற படியே அமைதியானாள்.

துர்கா அம்மாவையே பார்த்துக் கொண்டிருந்தாள்..

அவள் பெயர் துர்கா ! துர்காவை இப்போது இந்த செவிலியர் உடையில் பார்த்தால் சற்றே குழம்பித்தான் போவீர்கள். ஆனால் சில ஆண்டுகளுக்கு முன் நிகழ்ந்த சம்பவம் ஒன்றினை நினைவூட்டிக் கொள்ளுங்கள்: நாடகக்காதல், ஒரு தந்தையின் தற்கொலை, இளைஞன் ஒருவனின் மர்ம மரணம்—— எனப் புலனாய்வு பத்திரிகைப் புலிகள் எல்லாம் பக்கம் பக்கமாக எழுதிக் கிழித்த கதையின் நாயகிதான் துர்கா !

காதல் பூத்த நினைவுச் சுழல் 01 :

அண்ணா தொடங்கி வைத்த அரசு கல்லூரியில் எம்.ஏ தமிழ் படிப்பவன் கிருஷ்ணமூர்த்தி. தனியார் கல்லூரியில் செவிலியர்க்கான படிப்பில் துர்கா. யதேச்சையாக இரண்டு சைக்கிள்கள் மருத்துவமனை வளாகத்தில் மோதிக்கொண்டதில் இரண்டு மனசுகள் மலர்ந்தன. சைக்கிள்கள் மோதினால் காதல் வருமா என்றெல்லாம் கேட்கக் கூடாது. காதல் வந்தே விட்டது.. எப்படியோ காதல் பூ செழித்து மணத்தது.

கிருஷ்ணமூர்த்தி — தாழ்ந்தகுலம்! துர்கா— ஓசந்தகுலம்! உண்மையின் சூடு உறைக்க ஆரம்பித்தவுடன் இளமைகளுக்கு வேகம் வந்திட நண்பர்கள் துணையோடு அருகிலுள்ள மயிலம் முருகன் கோயிலில் அவசரத் திருமணம்! அதிகாரிகளை ‘கவனிக்க’

பதிவும் நடந்தது. கிருஷ்ணமூர்த்தியின் பெற்றோர் பெரிதாக சத்தம் போடல.. ஆனா துர்காவின் தந்தை தான் சாமியாட்டம் ஆடி விட்டார்

நடுவிலொரு பஞ்சாயத்து கூத்தும் நடந்த நினைவுச் சுழல் : 2

"ஏம்மா துர்கா.. இவ்ளோ நடந்த பிறகும் என்னோட மான மரியாதயப் பத்தியெல்லாம் நீ கவலப்படல்ல! ரொம்ப சந்தோஷமா பெத்த வயிறு குளுந்ததும்மா! குளுந்தது" — மவுனமாக மண் பார்த்து நின்றாள் மகள்.

ஒரு பிரமுகர் வாங்கிக் கொடுத்த சரக்குக்கு அளவாக வாய் திறந்தார்.

"ஏண்டா அவதான் சின்னப் பொண்ணு நீங்கள்ளா மாடு மாதிரி வளந்துருக்கிறீங்கல்ல.. எங்கவூட்டு பொண்ண எங்க கூட அனுப்பிடவேண்டியதுதான.. — இது இன்னொருவர்.

— அய்யா..இது ரெண்டு பேர் மனசு சம்பந்தப்பட்டது. சின்னஞ் சிறுசுக.. சேந்துவாழனும்னு ஆசப்படுதுங்க. சேத்து வக்யறதுதான நமக்கு மருவாத.

— இதோடா..நாயம் பேசுறாரு நாயம்.. எங்க பேச்சுக்கு எதிர் பேச்ச பேசுற அளவுக்கு வளந்துட்டுங்கீளா ?

— ஏங்க.. நாங்கல்லாம் பேசவே கூடாதா? வாய மூடிகிட்டு அடிமையாவே இருக்கனுமா.. காலம்மாறிகிட்டு வருதுன்றத மனசுல வச்சி பேசுங்க. ஒரு இளந்தாரியின் எதிர்க்குரல்

— டேய்... என்ன வாய் நீளுது.. என்னமோ ஒங்க பயலுவ பண்றது காவியக் காதல் மாதிரி பேசுறீய்யா.. ச் சொம்மாடாச் சொம்மா நாடகக் காதல்டா.. காதலே இல்ல.. டுபாக்கூர்..

— ஏங்க வீண் பேச்செல்லாம் எதுக்குங்க.. அவங்க மனசொத்து வாழுறதுன்னு முடிவு பண்ணிட்டாங்க.. கடவுள் முன்னிலைல கல்யாணமும் ஆயிடுத்து.. சட்டப் பூர்வமாக பதிவும் பண்ணிட்டாங்க..

— மூத்தவர கொஞ்சம் தனியா வர்ரிங்களா..

— சொல்லுங்க ஏட்டையா..

தோ பாருங்கய்யா அவுங்க ரெண்டு பேரும் மேஜராயிட்டாங்க.. இந்த கல்யாணம் சட்டப் பூர்வமான செல்லுபடியாகும். அதனால இப்போ இதவுட்டுட்டு வேறவழில பாத்துக்குவோம்.. இதுதான் என்னோட யோசனை !

— மூத்தவரு நீங்க தப்பாவா சொல்லப் போறீங்க.. கௌம்புங்கப்பா..

சாதிவெறி தாண்டவமாடிய நினைவுச்சுழல் 03: தந்தை ஒருவரின் தற்கொலை நிகழ்ந்த காலையில் பரமசிவத்தின் மனைவி எழுந்து பார்த்த போது பரம சிவத்தை படுக்கையில் காணவில்லை. கதவு திறந்திருந்தது. தூரத்தில் ஒரு குரல் கேட்டது !

— யக்கா நம்ம பரமசிவம் மாமன் பூச்சிமருந்து குடிச்சிட்டு கொல்லியாண்ட கெடக்கறாரு

— அய்யய்யோ..இன்னாடி சொல்ற.. நெஞ்சில நெருப்பள்ளி கொட்டறியடீ... ஆமா யக்கா வந்து பாரேன் ! ஓயண்ணாவ்.. சின்னாப்பா.. ஓடியாங்களேன்.

மருதூர் ஏரியை ஒட்டி பரமசிவத்துக்கு கொஞ்சம் நிலம் உண்டு வாயில் நுரை தள்ளி பரமசிவம் கிடந்தார். இல்லை கிடந்தது. காதில் எறும்புகள் மொய்த்து செத்துக்கிடந்தன !. அந்தப் பகுதியே பூச்சி மருந்து நெடிவீசியது.

— டேய் அல்லாத்துக்கும் அந்த... மாடு தின்ற மவனு வோ தாண்டா காரணம் கௌம்புங்கடா.. இன்னைக்கு நாமளா.. அவனுவளான்னு பாத்துடுவோம்.

யார் யார் கிட்ட என்னன்ன வண்டி இருக்குதோ கொண்டாங்க நம்மாளுங்கள ஏத்திக்கங்க..கையில கெடச்சத எடுத்துக்கங்க. கௌம்புங்க...!

எரிந்தன வீடுகள். தணிந்தது வெறி. சூறையாடப்பட்ட பொருட்கள் தெருக்களில் மிதிபட ஒரு புயலடித்து ஓய்ந்தது போல இருந்தது. காவல்துறையும் அந்த ஊரில் இருந்தது என்பது பின் குறிப்பு.

மர்மம் நிறைந்த நினைவுச்சுழல் 04: காதலன் தற்கொலையில் மாண்டதாய்ச் செப்பிய காதல் திருமணம் செய்த கிருஷ்ணமூர்த்தி

மர்ம மரணம்! காதல் திருமணம் செய்த வாலிபர் கிருஷ்ணமூர்த்தி மர்மமான முறையில் இறந்து கிடந்தார். திருச்சி ரயில் பாதையில் ஓர் இளைஞர் இறந்து கிடப்பதாக வந்த செய்தி அறிந்து உறவினர் ஓடிச் சென்று பார்க்கையில் அது கிருஷ்ணமூர்த்தியின் சடலம் என உறுதி செய்யப்பட்டது. இவர் மரணத்தில் பல்வேறு மர்மங்கள் இருப்பதால் விரிவான விசாரணை நடத்த வேண்டும் உன உறவினர்கள் கோரிக்கை எழுப்பியுள்ளனர். இந்த சம்பவத்தால் மீண்டும் பதற்றம் ஏற்பட்டு உள்ளது. இதையடுத்து அங்கு 144 தடையுத்தரவு பிறப்பிக்கப்பட்டுள்ளது.

*

அவன் இன்னுமா உசுரோட இருக்கான்...

தப்பில்லடி... கொன்னுடு அந்த குடும்பங் கலைச்சவன... எத்தன உசுரு... எத்தன வீடு... பூந்து குடும்பம் அழிச்சான் பாவி...கொன்னுடு .. ஈவு எரக்கம் பார்க்காம கொன்னுடு கொன்னுடுடி... ஒரே ஊசில கொன்னுடு!— தெருவுல போறவங்க வர்றவுங்களை கடிக்கிற வெறி நாய்க்கு ஊசி போட்டு கொலை செய்யுற தில்லையா... வெறி நாயிக்கே அதுதான் நீதின்னா... வெறிபிடிச்ச இவனை சாகடிச்சா தப்பில்லம்மா... ஜாதி.. ஜாதி... ஜாதி... எங்கயிருந்து கண்டு புடிச்சானுவளோ... இவனும்... ஜாதி வெறி பிடிச்ச நாய்தானே... கொல்லலாம் தப்பில்ல..

—அம்மாவா இது.... அம்மாவுக்குள் இவ்வளவு ஆக்ரோஷம் இருக்குமா... கோபம் கொப்பளிக்குமா... சாந்தமே உருவான அம்மாவா இப்படி... எதுவானாலும்.. தாயில்லாமல் நானில்லை... எனவே தாய் சொல்லை தட்டாதே! என் கிருஷ்ணாவைக் கொன்று போட்ட இவனை..... என் அப்பாவின் தற்கொலைக்கு காரணமான இவனை... என் குடும்பமே நிர்க்கதியாக நிற்க மூலகாரனான இவனை... என்ன செய்யலாம்.....— ஏதாவது மருந்தை மாற்றிக் கொடுத்து மூளையைக் கலங்கடித்து முடமாக்கி விடவா. — எழுந்து நடமாடாத படி படுக்கை நோயாளியாக்கி பழி வாங்கவா... எழுந்து போனால் தானே ஏழைகளின் குடிசைகளை எரிப்பாய்... இளைஞர்களைக் கொல்வாய்! எவருமறியாமல் கொன்றுவிடவா... இவனைச் சாகடித்தால் சமூகமாவது வாழுமே...

சரி... இதுதான் சரி... இந்தக் கொடியவனுக்கு சரியான தண்டனை சாவு ஒன்று தான்!

— கலாச்சார போலீஸ்காரனாய் முகமூடி அணிந்து காதலை... காதல்களைக் கொள்வாய்... வெறி நாயே... சாதி வெறி நாயே...

ஆனால் உடுத்தியிருந்த வெண் சீருடை பேசியது; 'துர்கா செவிலிப் பெண்ணே! நீ இப்படி சிந்திக்கலாமா... ஃபிளாரன்ஸ் நைட்டிங்கேல் வழி வந்தவளே! எங்கேயோ அல்பேனியாவில் பிறந்து காலமெல்லாம் இந்திய நோயாளிகளுக்காய்த் தன்னை ஒப்புக் கொடுத்த அன்னை தெரசா... போன்றவர்கள் பழிவாங்குவதையா செவிலிப் பணியில் கற்றுக் கொடுத்தார்கள்

நீ உயிர் காப்பவள்! எவ்வுயிரையும் தன்னுயிராய் எண்ணி போஷிப்பவள்...!'

துர்கா ஒரு முடிவெடுத்தாள். அனைத்து மருந்துகளையும் வைத்திருக்கும் ஸ்டாக் ரூமுக்குள் நுழைந்தாள்.

"எங்கே இருக்கிறது... அவசரத்துக்கு கிடைக்காதே... அட! இதோ இங்கே..."

கிடைத்துவிட்டது அவர் தேடி வந்தது. வேண்டிய அளவு குப்பியை எடுத்து சீருடைப் பையில் வைத்துக் கொண்டு வெளியில் வந்தாள்.

—ஏய் துர்கா எங்க போயிட்ட பெரிய டாக்டர் உன்னிய கூப்ட்டாரு...

—சாப்புடப் போனன்டி..... தோ... போய்... பாக்குகிறேன்

— எங்கம்மா போயிட்ட துர்கா.. எவ்ளோ நேரமா தேடறது

— சாரி சார்.... அம்மா லஞ்ச் எடுத்துட்டு வந்தாங்க. கேன்டீன்ல சாப்புடப் போயிட்டன்...

— ஒக்கே ஒக்கே... டைம் மெயின்டெய்ன் பண்ணு. அந்தப் பேஷண்ட்... அதான் காலைல தடுப்பூசி போடச் சொன்னனே.. அந்த கட்சிக்காரனுக்கு போட்டியா..

— சார்... இல்ல சார்... வந்ததுதிலிருந்தே மயக்கமா இருக்காரு... உங்ககிட்ட ஒரு வார்த்த கேட்டு கிட்டு....

— நல்ல வேள. தப்பிச்ச. அந்தாளு அடிப்பட்டதுல வலி தாங்க முடியாம கத்திக்கிட்டு இருந்திருக்கான். 'வலி மறக்கும் அண்ணே'ன்னு எவனோ சரக்க ஊத்தி கொடுத்திருக்கான்... ரத்த சேதம் அதிகம் வேற ... கூடவே மரண பயம்... ஸ்ட்ரெஸ்லயே மாஸ்ஸிவ் அட்டாக்... பாடிய போஸ்ட் மார்ட்டத்துக்கு அனுப்பச் சொல்லிட்டன் ! சரி போய் வேற வேலயப்பாரு சாவு கிராக்கிங்க நம்ம உசிர வாங்கறதுக்கின்னே இங்க வர்ரானுங்க. டாக்டர் குரலில் சலிப்பு.

—துர்கா தான் தெரியாமல் எடுத்து வந்த விஷ ஊசி மருந்தினை எடுத்த இடத்திலேயே வைக்க நடக்கத் தொடங்கினாள்...

❑

மஞ்சள் நிற மனிதர்களின் மீதிருந்து வீசும் துர்நாற்றம்

மனிதப் பயல்கள் மீது ஒருவித துர்நாற்றம் வீசும்... உடம்பிலிருந்து கிளம்பும் வியர்வை மற்றும் இதர அழுக்குகளால் ஏற்படுவது அந்த நெடி என்பது யாவரும் அறிந்ததுதான். மனிதர் யாவரும் மஞ்சள் நிறமாய்... மஞ்சள் நிறமென்றால் ஒரேயொரு மஞ்சள் இல்லை... இள மஞ்சள், அடர் மஞ்சள், பழுப்பு கலந்த மஞ்சள், எலுமிச்சை மஞ்சள், மாம்பழ மஞ்சள் என மஞ்சளில் எத்தனை துணை நிறங்கள் உண்டோ? அத்துணை மஞ்சள்களாலும் நிறம் மாறிய மனிதர்களின் மீதிருந்து துர்நாற்றம் வீசியதை, வீசுவதை, அறிவீர்களா...? அறிந்து கொள்ளத்தான் வேண்டும் நீங்களும்! அந்தத் துர்நாற்றம் உங்கள் மீதிருந்தும் வீசக்கூடும். துர்நாற்றம் என்றா சொன்னேன்... சரியாகச் சொல்வதெனில் அது துர்நாற்றமல்ல, மல நாற்றம்... பேச்சுமொழியிலோ பீநாத்தம்!

எதிர்பாராத அதிர்ச்சி எனக்கு! கழிவறைக் கோப்பை மேல் உட்கார்ந்தபடி யோசிப்பேனா... எதையோ யோசித்தபடி, மோதிர விரலில் சற்றே கழன்று விழும் நிலையில் சுழன்று கொண்டிருந்த வைர மோதிரத்தைத் திருகியபடி அமர்ந்திருந்தவன் கழிவறைக்கடன் முடிந்ததும் வலது கையால் தண்ணீர்க் கோப்பையை எடுத்துப் பின்புறமாய் சாய்க்கும் தருணத்தில்தான் அது நிகழ்ந்தது. என் வைர மோதிரம் கழிவறைக் கோப்பைக்குள் விழுந்து விட்டது. சில நிமிடங்கள் செய்வதறியாது உட்கார்ந்திருந்தேன்.

அந்த மோதிரம் துபாய் சென்றிருந்தபோது வாங்கியது. இந்திய ரூபாயில் சுமார் இரண்டரை லட்சம் ரூபாய் மதிப்பிருக்கும். எப்படி விடுவது? இழப்பதற்கு மனசில்லை... என்ன செய்வதென்றும் புரியவில்லை. சில நொடிகள் என்னை நானே திட்டியபடி கழிவறையிலிருந்து வெளியே வந்தேன். வந்தவன் துணையை அழைத்தேன்.

*

தமிழ்நாடே அதிர்ச்சியில் உறைந்து போயிருந்தது. செய்தித்தாளில் சிறு செய்தியாக வெளியிடப்பட்ட நிகழ்வு சமூக ஊடங்களில் பற்றி எரிந்தது வனத் தீயாய்....! மானுடர் யாவரும் வெட்கித் தலை குனியும் அதி கேவலச் செய்தி அது. தமிழ்நாட்டின் இதயப்பகுதியில் இருக்கும் 'சிறுத்தைவனம்' கிராமத்தில், ஆதிதிராவிடர் குடியிருப்பில் உள்ள மேல்நிலைக் குடிநீர்த் தொட்டியில், உயர்சாதி எனச் சொல்லிக் கொள்பவர்கள் மலம் கலந்த நிகழ்வு !

தமிழன் என்றோர் இனமுண்டு

தனியே அவர்க்கொரு குணமுண்டு... ம்ம்..

இனியும் சொல்ல இயலுமா தமிழன் என்று...? தலைநிமிர்ந்து தான் நடக்க ஏலுமா...மகா சல்லிப்பயல்கள் தான் மனிதர்கள்

*

"ஏம்மா... உள்ள வேலையா இருக்கியா..."

"ஆமா ஏ(ன்)?"

"கொஞ்சம் இங்க வாயேன்.... அவசரம்"

"சமையல் கட்டுல ஒண்டியா அல்லாடிக்கிட்டு இருக்கன்! என்னா ஒங்களுக்கு அவசரம்?"

கோபம் வெடிக்க கடுகடுத்த முகத்தோடு வந்தவளிடம் சன்னக் குரலில் சொன்னேன்

"என்னோட வைர மோதிரம் கக்கூஸ்குள்ள விழுந்திடுச்சி..."

"என்னய்யா சொல்ற... அதோட வெல தெரியுமா ஒனக்கு... ஒரு பொருள உருப்படியா வச்சிக்கத் தெரியாதா.. ஒனக்கு... ஒனக்கேல்லாம் ஆபிசர் வெல எவங்குடுத்தான்..." என்கிற ரீதியில் விமர்சனப் பட்டாசுகள் வெடிக்க ஆரம்பித்தன... ஓயட்டும் எனக் காத்திருந்தேன்.

புயல் ஓய்ந்தது.

"இப்போ என்னா செய்யப் போறீங்க... கக்கூஸ்ல தண்ணிய ஊத்துணீங்களா? (Flush out) என வினவியபடி கழிவறைக்குள் நுழைந்தவள்..

"'உவ்வே... உவ்வே' சனியன என்னத்த தின்ன... இவ்ளோ நாத்தம் நாறுது'" என்றபடி குமட்டியபடி வெளியில் வந்தாள்.

*

அக்டோபர் 2ஆம் நாள்! மகாத்மா காந்தியின் பிறந்தநாள்! சிறுத்தை வனம் பஞ்சாயத்தில் கிராமசபைக்கூட்டம்! சிறுத்தை வனம், ஆதிதிராவிடர் குடியிருப்பில் உள்ள நீர்த்தேக்கத் தொட்டிக்கு காவிரிக் கூட்டுக் குடிநீர் திட்டத்தின் வழியாக நீரேற்றப்படாமல், ஆழ்துளைக் கிணற்று நீரே அளிக்கப்பட்டதைச் சுட்டிக்காட்டி, காவிரி நீருக்கானக் கோரிக்கை வைக்கப்பட்டது.

"மாடு தின்னும் பறையா — உனக்கு

காவிரி ஒரு கேடா" — என மனதுள் நினைத்தவர்கள் ஆதிதிராவிடர் கோரிக்கையை ஏற்கவில்லை.

இந்தப் பின்னணியில் கோபிந்திரன் (வயது 5) என்ற குழந்தைக்கும் தொடர்ந்து கோபிகாஸ்ரீ, வனிதா மற்றும் யாசிகா என்ற 5 வயது குழந்தைகளுக்கும் வாந்தி, வயிற்று, போக்கு தொடர அருகிலுள்ள மருத்துவமனையில் அனுமதிக்கப்பட்டார்கள். அந்தக் குடிநீர் தொட்டியிலிருந்து கொட்டிய நீரில் மஞ்சள் நிறம்... மல நாற்றம்.

"நெஞ்சு பொறுக்குதில்லையே — இந்த நிலைகெட்ட மனிதரை நினைத்துவிட்டால்" என வருந்தியவர் வட்டாட்சியர், மாவட்ட ஆட்சியர், மாவட்ட காவல் கண்காணிப்பாளர் ஆகிய ஆட்சி பிரநிதிகளுக்குப் புகார் அனுப்பினர். உள்ளூர் மக்கள் பிரநிதிகள் வழக்கம்போல் மவுனத்தில் மூழ்கினர். இது தேர்தல் நேரமல்லவே... மேலும் பறப்பயலுவ பிரச்னைல நாம தலையிட்டு... எதுக்கு வம்பு.. காந்தியின் மூன்று குரங்கு அவதாரமெடுத்தனர். முடங்கினர்!

*

"இப்போ என்னா செய்லாங்க...?"

"இரேன்... யோசிப்போம்... ஏதாவது வழிபிடிபடாமலாப் போகும்."

"க்கும்... நல்லா யோசிச்சீங்க...நீங்களும் ஒங்க வழியும்.."

*

காவல்துறையினர் ஆதிக்க சாதியினர்க்கு ஆதரவாகப் பாதிக்கப்பட்டவர்களையே குற்றவாளிகளாக்கும் முயற்சியும் நடந்தது.

அரசு அதிகாரிகளும் சாதியின் பெயரால் பதவிக்கு வந்த சராசரிகள் தானே!

பறையர் சமூகத்தைச் சார்ந்த

முத்துக்கிருஷ்ணன்

ராமமூர்த்தி

அய்யப்பன்

ஜெயச்சந்திரன்

புஷ்பராஜ்

அம்மாசி

ஏழுமலை

ஆகியோரை காவல் நிலையத்துக்கு அழைத்துக் கடுமையான சித்திரவதை செய்து

"டேய்... பறப் பசங்களா... இந்தக் காரியத்த நீங்கதான் பண்ணீங்கன்னு ஒத்துக்கிட்டு எழுதி குடுங்க... லேசான கேசோட அனுப்பிடுறோம். கவர்மெண்ட் வேலைக்கும் ஏற்பாடு பண்றோம்... ஒத்துக்கிடலன்னா உசுரோட வூடு போய்ச் சேர மாட்டீங்க..."

*

தை பிறந்தால் வழி பிறக்குமா? தெரியவில்லை

தமிழ்நாடு முற்போக்கு எழுத்தாளர், கலைஞர்கள் சங்கத்தின் தலைவர் தோழர் ஆதவன் தீட்சண்யா, படைப்பாளிகளிடம் கையொப்பம் வாங்கி தமிழ்நாட்டு முதல்வருக்கு ஒரு முறையீட்டு மனு அனுப்பும் முயற்சியில் ஈடுப்பட்டார்,

எப்படிப் பருகுவோம் — சிறுநீரை

சிறுத்தை வனம்

கையொப்பமிடுங்கள் தோழர்களே

காகித அம்பு கோட்டையை தகர்க்குமா?

*

நீதிமிகுந்தவர் பொற்குவை தாரீர்

நீதி குறைந்தவர் காசுகள் தாரீர்

அன்புடையீர் வணக்கம்

'சிறுத்தை வனம்' கிராமத்தில் ஆதிதிராவிட மக்களுக்கு இழைக்கப்பட்ட 'குடிநீர்த் தொட்டியில் மலம்' அநீதியின் பின்னணியில் ஒரு ஆவணப்படம் எடுக்க உத்தேசித்துள்ளோம். அதற்கான நிதிஉதவி வேண்டி தமிழ் கூறும் நல்லுலகிடம் விண்ணப்பிக்கிறோம். எங்கள் முயற்சிகளுக்குத் துணை நிற்போர் உதவிட வேண்டுகிறோம்.

வங்கிக் கணக்கு விவரம் விரைவில் அறிவிக்கப்படும்,.

இப்படிக்கு

இயக்குநர் பிச்சைக்காரன்

பத்திரிகையாளர் ஒரிஜினல் பாப்பாத்தி.

இது வேறு குரல்..எது நிகழ்ந்தாலும் அதைக் காசாக்கிப் பார்க்கிற அற்பத்தின் குரல்...ஆசையின் குரல்... இந்தக் குரல் கொஞ்ச காலம் ஆமைக்கறி அண்ணனோடு போட்டோவில் நிற்கும். கொஞ்ச நாளைக்கு பறச்சி வேஷம் கட்டி, சிறுத்தைகள் மேடையில் குலவும்.

ஒன்றா இரண்டா எடுத்து சொல்ல..

*

"ஏதாவது குச்சியவிட்டு தேடிப்பாக்கலாமா"

"ம்ஹூம்... குச்சியில மாட்டாது... நுனி வளைச்சு கம்பி மாதிரியிருந்தா மாட்டும்"

"யப்பா... நம்மக் கழிவே இப்படி நாத்தமா நாறுது... எப்படித்தான் மத்தவங்க மலத்தையும் எடுக்குறாங்களோ..."

“இன்னமும் செப்டிக் டேங்க் சுத்தப்படுத்த ஒரு மெஷின் கண்டு பிடிக்கலியோ... வருசத்துக்கு 10 பேரு செப்டிக் டேங்க் உள்ளவே செத்துப் போறான்.”

“ஊர் விசயம் பேச ஆரம்பிச்சா நிறுத்த மாட்டீங்களே.... நம்ம வேலய கவனிங்க... பினாயில் எடுத்துட்டு வர்ரன்...”

*

“பீ கலந்த தண்ணிய எத்தன நாளைக்குத்தான் நாங்க குடிச்சோம்னு எங்களுக்கே தெரியல... எப்ப தண்ணி குடிச்சாலும் பீத் தண்ணியக் குடிச்ச ஞாபகம்தாம் வருது... அந்த டேங்கை இடிச்சுட்டு புதுசா கட்டணும்...”

சிறுத்தை வனம் சிறுமி கனகவல்லி

*

“இப்போல்லாம் அந்தத் தொட்டித் தண்ணிய நாங்க குடிக்கறதுல்ல... பொழங்குறதுல்ல, சேரிய விட்டு தள்ளி இருக்கிற ஊர்க்காரஙகளோடத் தொட்டித் தண்ணியத்தான் புடிக்குறோம் பொழங்குறோம். அதுவும் எவ்வளோவோ அவமானப்பட்டுத்தான்...”

சிறுத்தைவனத்து குடும்பத்தலைவியின் குமுறல்.

*

“இன்றைய கண்டன ஆர்ப்பாட்டம் எதற்கென்று அறிவீர்கள்”

சிறுத்தைவனம் — ஆதிதிராவிட மக்களுக்கு இழைக்கப்பட்ட சொல்லவொண்ணாத் துயர்ச் சம்பவத்தைக் கண்டித்து...

மனிதர் புழங்கும் குடிநீர்த் தொட்டியில் மலம் கலந்த மனித மிருகங்களைக் கண்டித்து

குடிநீர்த் தொட்டியில் மனிதக் கழிவு கலக்கப்பட்ட சம்பவத்தில் குற்றவாளிகள் இதுவரை கண்டுபிடிக்கப்படாததை கண்டித்து.

பாதிக்கப்பட்ட மக்கள் மீதே பொய் வழக்கு போடும் காவல்துறையைக் கண்டித்து.

சென்னைக் கண்டனக்கூட்டத்தில் விடுதலை சிறுத்தைகள் கட்சித் தலைவர் தொல். திருமாவளவன்.

*

'சிறுத்தைவனம் கிராம மக்களின் மனதில் நிரந்தர வடுவாகப் பதிந்துவிட்ட நாள் அது. மலத்தால் மனித மனத்தைக் காயப் படுத்தியவர்களை இன்னமும் தேடிக் கொண்டிருக்கிறது காவல்துறை.

அந்த நிகழ்வில் முதலில் பாதிக்கப்பட்ட குழந்தையையும், அவளது தாயையும் சந்திக்கும் வாய்ப்பு சமீபத்தில் கிடைத்தது. மனதைக் குறுவாள் கொண்டு கிழித்தது போலிருந்தன அவரது வார்த்தைகள். என்ன சமாதான வார்த்தைகளால் அவர்களைத் தேற்ற முடியும்.

எங்கள் மாவட்ட பள்ளிக் கல்வி பாதுகாப்பு இயக்கத்தின் சார்பாகப் பாதிக்கப்பட்ட சிறுமியின் குடும்பத்துக்கு ஒரு 'நீர் சுத்திகரிப்பான்' வழங்குவதென முடிவு செய்தோம். ஆனால் அந்தத் தாயோ எளிய மனதுடன் எல்லாப் பிள்ளைகளுக்கும் பயன்படும் வகையில் அது பள்ளியிலேயே இருக்கட்டும் எனக் கேட்டுக்கொண்டார்.

நீரின்றி அமையாது உலகு.'

— முகநூலில் ஆசிரியர் புவனா கோபாலன்

@

"அப்பாடி ஒரு வழியா கெடச்சிருச்சி"

"மெல்லமா... மறுபடி வுழுந்துட்ட போவுது..."

"இரு... ஒரு ஜக்குல தண்ணியெடு..."

"தண்ணியிலேயே கொஞ்சம் பினாயில் கலந்துடவா.."

"கலந்துகொண்டா... சீக்கிரம்"

"இந்தாங்க..."

"ஒரு வழியா... வைரமோதிரம் கைல வந்தாச்சு.."

“ஏங்க... நம்ம கக்கூஸ்ஸையே நாம இவ்ளோ அரூயையா நெனக்கிறோமே. அந்த சிறுத்தைவனம் ஜனங்கல்லாம் எவ்ளோ கஷ்டப்பட்டிருப்பாங்கல.”

“தே... எவடி யவ.. சும்மா பெனாத்திக்கினு... வாய மூடிக்கிட்டு கம்னு கெடக்க மாட்ட... நம்ம வேல முடிஞ்சுதா.. ஊர் விசயத்தல்லாம் நம்ம தலைய போட்டுக்க முடியுமா... போவியா... வேலயப் பாத்துட்டு...”

“ரொம்ப பேசாதீங்க... கக்கூச கிளீன் பண்ணிட்டு வாங்க...”

ஒரு வழியாகக் குளித்துவிட்டு வெளியே வந்தேன்...

வீதிகளில் நடக்கும் மஞ்சள் நிற மனிதர்களின் கூட்டம் யாவர் மீதும் தாங்கவொண்ணா துர்நாற்றம். அய்யய்யே... என் மீதும் தான்.

***

நன்றி: முனைவர் து.இரவிக்குமார் MP

‘வேங்கைவயல்’ — மணற்கேணி தொகுப்பு

❑

ராணிப்பேட்டை

ராஜாதேசிங்கின் உடல் அரசு மரியாதையுடன் தகனம் செய்யப்பட்டது. அவன் மனைவி உடன் கட்டையேற அனுமதிக்கப்பட்டாள். தேசிங்குராஜன் வீழ்ந்து பட்ட இடத்தில் ஒரு புதிய நகரை நிர்மாணித்துக் கொள்ளவும் தேசிங்குக்கு ஒரு கோயிலை எழுப்பிக் கொள்ளவும் நவாப் அனுமதியளித்தார். ஆனால், அப்படி புதிய நகர் ஒன்று ஏற்படுத்தப்பட்டதாகவோ, கோயில் எழுப்பியதாகவோ தெரியவில்லை. ஆனாலும், தேசிங்கின் மனைவி இராணிபாயின் நினைவாக ஒரு நகரம் எழுந்தது. அதுதான் ராணிப்பேட்டை.

ராணிபாய் காத்திருக்கிறாள்!

மவுனத்தைப் போர்த்தியபடி.... கடுந்துயரத்தை கஷாயமாய் விழுங்கியபடி...... சொல்லவொண்ணா சோகத்தை கண்ணீர் வழிந்தோடும் விழிகளில் சுமந்த படி..... ராணிபாய் காத்திருக்கிறாள்!

பெருவாழ்வில் நதியெனக் கலந்த பெருந்துயர்.. குறு மகிழ்வுகளால் கொஞ்சம் திருப்தியும் கொஞ்சமாய் ஆற்றாமையும் கலந்து காலம் கழிக்கும் மூதாட்டியைப் போல் கம்பீரச் சிதிலம் கலந்த கோட்டை. சிதைந்த பாறைச்சுவர்கள் எங்கும் பாறை உருண்டைகள். ஏதோ பறவையொன்றின் எச்சம் மூலம் விழுந்த விதை பசுங்கன்றாகப் பரிணமிக்க சுனை நீரின் குளுமையில் சரித்திரத்தை அசைபோடும் தாகந்தணிந்த மேய்ச்சல் நடைகள். அசையவும் அகலமில்லா குறுஞ்சிறைகளில் இருந்து வீசும் வலிகளின் குரல். ஆயுதங்களும் வெடி மருந்துகளும் சேமித்த கிடங்குகள் போதிப்பதிது: "தன் வினைத் தன்னைச்சுடும்". அடையாளமின்றி அழிக்கப்பட்ட அந்தரப்புரத்திலிருந்து இப்போதும் கேட்கிறது கேவல். பாறைகளில் பதிந்த துயரங்களின் படிமங்களுக்குப் பாசில்களுக்கு கண்ணீரென்றும் ரத்தமென்றும் பெயர்.

தூரத்தில் ஓடிக்கொண்டிருக்கிறது சங்கராபரணி நதி. கிருஷ்ணகிரி கோட்டையில் இருந்து பார்த்தால் சங்கராபரணி ஒரு பளபளப்பான சாரைப் பாம்பைப் போல் வளைந்தோடும்... காட்சி அழகோ அழகு!

பரத கண்டத்தின் வடபகுதியில் புண்டேல் காண்ட்—டில் பிறந்து ராஜகுலத்தில் வளர்ந்து, ஓங்கி உயர்ந்து நிற்கும் இந்த செஞ்சிக்கோட்டையின் மருமகளாக வருவோமென கனவிலும் நினைத்திருப்பாளா... ராணிபாய்...!

அன்றி இந்த சங்கராபரணியில் நீச்சல் பழகி, ஜலக்கிரீடையில் மகிழ்வாள் என கனாக் கண்டிருப்பாளா... இளஞ் சூரியனாக, குதிரையொன்றை அடக்கித் தன் புத்தி சாதுர்யத்தால் செஞ்சிக்கு மன்னனான ராஜ புருஷன் தேசிங்கோடு வாழ்வில் இணைவாள் எனவோ சிந்தித்திருப்பாளா..

ஒரு நதி போல ஓடிக் கொண்டிருக்கிறது வாழ்க்கை. எங்கு பிறந்தது இந்த சங்கராபரணி நதி... எங்கெல்லாம் வளைந்து நெளிந்து வயல்களை செழுமையாக்கி... செஞ்சிக்கோட்டைக்கு நீராதாராமாய் விளங்கி திருவக்கரை சந்திரமவுலீஸ்வரருக்கு என்றும் அபிஷேக நீராகி.. வில்லியனூர் மாதாவை தரிசித்து பொதுச்சேரி ஜனங்களுக்கு தண்ணீர் தாயாய் இருந்து குடாவில் தன் கடல் காதலனோடு கரங்கோர்த்து இணைகிறது. நானும் சங்கராபரணி போலத்தானோ... குளிர்தென்றல் தீண்டிட சிலிர்த்தோடுகிறது சங்கராபரணி.... ஒருநாகம் போலவே வளைந்தோடுகிறது! பொன் மணல்த் துகள்களில் சூரியத்துளிப் பட தங்கச்சேலையும் வெள்ளிச் சரிகையும் இழைந்த காஞ்சிப் பட்டினைப் போல் பளபளத்தோடுகிறது நதி..

ராணி பாய் காத்திருக்கிறாள்! தூரத்தில் கம்பீரக் கோட்டையாய்... ராஜகிரி! அதோ அங்கு பசிய வயல்களின் மையத்தில் கருங்கல் கவிதையாய் வெங்கட ரமணர் ஆலயம்! ம்ம்! அந்த வெங்கடரமணரும் அன்றுனைப் போருக்குப் போகாதே என முகம் திருப்பிக்கொண்டாராமே... ஆள்பவர்களுக்கு ஆண்டவன் குரலும் கேட்பதில்லை; போரில் மாண்டவர் குரலும் கேட்பதில்லை!

இனி எனக்கென்று மண்ணில்லை; மன்னனுமில்லை! குன்றில்லை; கோட்டையுமில்லை! பெற்றவர் உற்றவர் என எவருமேயில்லை; சீருமில்லை; சிறப்புமில்லை.... எனைச் சீந்துவாருமில்லை.. யாரால். என் எஜமானனே உன்னால்...! உன்னால்தான்! புரவியின் மனம் படிக்கத் தெரிந்தவனுக்கு பெண்மையின் மனம் வாசித்தல் இலகுவின்றிப் போனது. குறிஞ்சிப் பெண்ணாய் நானிருந்தால் மகிழ்வித்தல் என் பணி... முல்லைப் பெண்ணாய் நானிருந்தால் காத்திருத்தல்... மருதப்பெண்ணாய் இருப்பின் மன்னித்தல்... நெய்தல் பெண்ணாய் வருந்துதல் என் பணி ...பாலைப் பெண்ணாய் தலைவனைப் பிரிந்திருத்தல் எனக்கானத் தீர்ப்பு... என் தலைவன் களவில் பிரிவானோ... கற்பில் பிரிவானோ... எப்போதும் பதட்டமாய் இருக்கிறதே... இது பேரவலம்.

நீரினைப் போலவே சூழலுக்கு மாறும் அதிசயம் அல்ல பேரதிசயம்.!

என் மாறுதல் காலக் கட்டாயம்.

“பாத்தான் குதிரை தன்னை பஷ்ஷ முள்ள ராசாவும்

கத்திகட்டு மென்றாரே வெத்தியுள்ள ராசாவும்

ஆயுதங்கள் கட்டியப்போ அழகுபரி தானேறி

பதினெட்டு ஆயுதங்கள் பண்புடனே தான் பிடித்து

கடுவாளந் தன்னையப்போ கைபிடித்தார் ராசாவும்”

புறப்பட்டான் ராஜா தேசிங்.. மனசின் நம்பிக்கையுடன் தோழமையாய் இருந்த மகபத் கான் துணையோடு புறப்பட்டான்

“அன்பே.. என்னை வழியனுப்பு... நவாபுடன் சண்டை செய்து நல்ல சேதியோடு வருவேன்..” — ராணிபாயுடனான உரையாடலில் ஒலித்தது தகவலா... உத்தரவா?

“வீரப்புருஷரே.. நம்மை அறிந்தவர்.. நம் பலம் அறிந்தவர் யாவரும் சொல்வது தங்கள் செவிகளுக்கும் வந்திருக்கும் தானே. இந்த பலம் வாய்ந்த, பாதுகாப்பு நிறைந்த கோட்டைக்குள் இருந்து சண்டையிடல் ஆகாதா..! ம்ம்.. இல்லத்து பெண்கள்

சொல்லுக்கு ஏது மதிப்பு எந்த ஆண்கள் ஏற்றிருப்பீர்கள் எங்கள் யோசனைகளை..... நல்ல சேதியோடு வாருங்கள்...”

“விரைவில் வரும் ராணி... வீரமரணமெனில்... மார் மீது தாங்குவேன் வேல்.. நேராக என் உள்ளம் கவர் வெங்கடரமண நாதன் ஆலயம் தான் செல்கிறேன்”

வெற்றிபெற வரம் வேண்டி கோட்ட தாண்டி கோபுரத்துள் குடியிருக்கும் வெங்கட ரமணரை வழிபடுகிறான் ராஜா தே சிங்.

அந்தோ. வெங்கடரமண. அரங்கன் நேத்ரங்களில் நீர் வழிகிறது.. தூரத்தில் கூவுகிறது கோட்டான்...நரிகளின் ஊளைக் கூச்சல்... தீய சகுனங்களின் சமிக்ஞை.

ஆற்காடு நவாபுக்கு அடுத்த கணமே செய்தி போகிறது. புரவியேறி புறப்பட்டு விட்டது செஞ்சிப் புயல்

ஒரு ஐப்பசி மாதம் அது. சங்கராபரணி என்றழைக்கப்படும் வராக நதியின் இரு கரைகளையும் அறுத்துக் கொண்டு வெள்ளம் பாய்ந்தது. தாழனூர் மற்றும் மலையனூர் ஏரிகளை வெட்டிவிட, சங்கராபரணி யெனும் வராக நதியில் வெள்ளநீரின் வீர்யம்.

ஆற்றின் மேல் கரையில் படையினருடன் நின்றிருந்த தேசிங்குராஜன் ஆற்று வெள்ளத்தையே உற்று நோக்கியிருந்தான். அவன் முகத்தில் எவ்வித பயமுமில்லை. நினைவுகள் பின்னோக்கிச் சென்றன :

— செஞ்சியின் ராஜாவாகத் தன்னை அறிவித்துக் கொண்டு, இதோ பத்து மாதங்கள் ஆகிறது. ஸ்வரூப்சிங், தேசிங்கு ராஜனின் தந்தை. புண்டேல் காண்ட் அரசருக்குத் தளபதியாக இருந்தவர். மராத்தியர்களிடம் இருந்து கடந்த பதினான்கு ஆண்டுகளுக்கு முன்பு மொகலாயர்களிடம் வீழ்ந்தது செஞ்சி. அப்போது ஸ்வரூப் சிங்கை செஞ்சியின் கில்லேதாராக நியமித்தார் பேரரசர் ஔரங்கசீப்.

செஞ்சி, வழுதாவூர், திண்டிவனம், திருவாமாத்தூர், அசப்பூர், திருக்கோவிலூர், கடலூர், மஞ்சக்குப்பம், திருப்பாதிரிப்புலியூர், வேட்டவலம் ஆகிய பர்கானாக்கள் ஸ்வரூப் சிங் வசம் இருந்தன. தேவனாம்பட்டினத்திலே கோட்டைக் கட்டிக் கொண்டிருந்த

ஆங்கிலேயர்களுக்குத் தொல்லைக் கொடுக்கும் அளவிற்கும், அவர்களுடன் போர் செய்யும் அளவிற்கும் துணிச்சல் காரராக இருந்தார் ஸ்வரூப் சிங். ஆனாலும் செஞ்சியின் கஜானா மிக மோசமான நிலையில் இருந்தது. கர்நாடக நவாபுக்கு திறை பாக்கி ரூ. 70 இலட்சம் செலுத்தப்படவே இல்லை.

1711 ஆம் ஆண்டு முதலே முதுமையாலும் இயலாமையாலும் தளர்வுற்ற ஸ்வரூப்சிங் நோய்வாய்ப்பட்டிருந்தார். செஞ்சியின் ஆட்சியாளன் நோயொடு போராடும் செய்தி சேதி புண்டேல் கண்டிலிருந்த மகன் தே சிங் அறிந்தான் இந்த நிலையில் 1714 ஜனவரியில் முதுமைக் காரணமாக ஸ்வரூப்சிங் இறந்து விட, புண்டேல்காண்டில் இருந்து செஞ்சி வந்து தேசிங்குராஜன். செஞ்சிக்கு ராஜாவாகத் தன்னை அறிவித்துக் கொண்டான்.

நியாயமாக, பேரரசர் அல்லது ஆற்காடு நவாபு தான் இதற்கான உத்தரவு கொடுக்க வேண்டும். அதைப்பற்றியெல்லாம் இந்த 21 வயது இளைவரசனுக்குக் கவலையில்லை. பரம்பரை உரிமையின் பேரில் தேசிங் கொத்தளத்தை வசப்படுத்தி கோட்டையின் சிம்மாசனத்தில் அமர்ந்தான்; ராஜா தேசிங் ஆனான்.

கடந்த சில மாதங்களுக்கு முன்பு பேரரசரின் கடிதம் தாங்கிவந்த நவாபின் கருவூல அதிகாரி, செராஸ்தார் தோடர்மாலை, குதிரையிலிருந்தே வணங்கி அவமானப்படுத்தியிருந்தான் தேசிங்கு. போதாக்குறைக்கு நவாப்புடன் ஏற்பட்ட உரசல்கள், கடன்தொகை 70 லட்சத்துடன் சேர்ந்து பெரும் மோதலானது. அவ்வளவுதான், செஞ்சி அரசுக்கு எதிராகப் தேசிங்கை ஒடுக்க போரை அறிவித்துப் பெரும் படையுடன் புறப்பட்டார் ஆற்காடு நவாப் சதத்துல்லாகான்.. இதோ 5000 குதிரையணி, 10000 காலாட்படையோடு ஆற்காட்டு ஆனை அசைந்து வருகிறது, வழியில் பல்வேறு பாளையக்காரர்களும் தங்கள் படையை இணைக்க வராக நதியின் கீழ்க்கரையில் முப்பதாயிரம் படை வீரர்களுடன் காத்து நிற்கிறார், ஆற்காடு நவாப் சதத்துல்லாகான்.

'தேசிங், தோழனே என்ன யோசனை' — மகபத்கானின் குரல் கேட்டு சுய நினைவுக்கு வந்தான் தேசிங். 'ஒன்றுமில்லை நண்பா. நதி நீர் வடியும் தருவாய் எதுவென யோசித்துக் கொண்டிருந்தேன்'

ஐப்பசி மாதமாதலால் நதியில் வெள்ளத் தாண்டவம்! ஆற்றில் வெள்ளம் வடிவதாகத் தெரியவில்லை. 'இனியும் தாமதிக்கவேண்டாம். புறப்படுங்கள்.' படையினருக்குக் கட்டளையிட்டான் தேசிங். இதனையேற்றுக் கொண்ட மகபத்கானும் இன்னும் நூறு பேரும் குதிரைகளுடன் ஆற்றில் இறங்கினர். ஆழம் அதிகமில்லை. தண்ணீர்தான் வேகம். இதற்கே பயந்து இன்னும் பல வீரர்கள் கரையிலேயே நின்று விட்டனர். காட்டாற்று வெள்ளத்தைக் கட்டறுத்துப் பாய்ந்தது தேசிங்—ன் நீல வேணிக் குதிரை.

கடலில் கால் கொண்டிருந்த ஆற்காட்டுப் படைகளுக்குள் புகுந்தது. அந்த முப்பதாயிரம் பேர், இந்த நூறு பேர்களைச் சூழ்ந்து கொண்டனர். எப்படியாக இருந்தாலும் தேசிங்ராஜனை உயிருடன் பிடிக்க வேண்டும் என்பதுதான் ஆற்காடு நவாபின் ஆணை.

செருக்களத்தில் தன் வாளால் பாலாற்று எதிரிகளைப் பதம் பார்த்துக் கொண்டிருந்தான் தேசிங் எனும் சங்கராபரணி. அருகில் வாளைச் சுழற்றிக் கொண்டிருந்த மகபத்கான் வெட்டுப்பட்டுக் கீழே சரிந்து விழுகிறான். இதனால் உள்ளம் கலங்கினாலும் தேசிங்கின் வேகம் குறையவில்லை. யானை மீது இருந்த நவாபின்படைத் தளபதி, தௌலத்கானைக் குத்திக் கொன்றான், தேசிங். இந்த நேரத்தில் தேசிங்கின் குதிரையின் முன்னங் கால்களை பாளையக்கார வீரன் ஒருவன் வெட்டிவிட அவனையும் குத்திக் கொல்கிறான் தேசிங். அப்போது தான் 'தேசிங்கைச் சுட்டுத்தள்ளுங்கள்' என பாளையக்காரர் யாச்சம்ம நாயக்கரிடமிருந்து உத்தரவு வருகிறது. அடுத்த சில நிமிடங்களில் சிப்பாய் ஒருவனால் சுட்டுக் கொல்லப்படுகிறான் தேசிங். தேசிங்—கின் நெஞ்சிலும் தோளிலும் பலத்த வெட்டுக்காயங்கள்... புயலெச்ன சுழன்று போர்புரிந்த புலியை எதிர்பாராமல் வந்த எதிரியின் துப்பாக்கி குண்டு தாக்கியது! தாய் மண்ணில் வீழ்கிறான் அந்த தைர்யன்!

இந்த நிகழ்வின் நாள் 1714 ஆம் ஆண்டு அக்டோபர் மாதம் மூன்றாம் நாள்,, ஸஜெய வருஷம் அர்ப்பசி இரண்டாம் நாள் பசலி 1123. ரத்தச் சிகப்பில் பிரதி பலித்த சூரிய உதயத்திற்கு ஒரு

மணி நேரம் கழித்து. அடுத்த சில மணி நேரங்களில் தேசிங்கின் உடலுடன் செஞ்சிக் கோட்டைக்குள் நுழைந்தார் ஆற்காடு நவாப். ஆற்காடு, செஞ்சியை வெற்றி கொண்டதும் அரசு பதவி ஆற்காட்டு நவாவுக்கு போவதும் ராணிக்கு சொல்லப்பட்டது.

"அலங்கத்தின் மேலிருந்த ராணியம்மாளும் இறங்கியே வந்தாளாம்

ஐயோத் தெய்வமே என்று சொல்லிக் கதறி அழுதாளாம்

ராணியம்மாளழுகிற சத்தஞ் செஞ்சியில் கேட்டது

செஞ்சிக்கோட்டை ஜனங்கலெள்ளாம் சேரவோடிவந்தார்

என்ன சொல்லிப் புலம்புறாளய்யா ராணியம்மாளும்

என் பேச்சு தடுத்துப் போனீரே என் தன் பிராண நாதா

உன்தன் எழுத்தும் இப்படி இருந்ததுவோ என் பிராணநாதா

நானுங்கூட வாரேனையா என் பிராணநாதா"

துயரம் தாங்கியவள் கணவனுடன் உடன்கட்டையேறி உயிர் விட நவாப்பின் அனுமதி கேட்டாள்.

"ஏனிந்த முடிவு எனக் கேட்பீர்கள் ஜனாப் நவாப் அவர்களே ! எதிர்காலத்தில் யாராவது ஒரு கவிஞர் கேட்கக்கூடும் இப்படி :

"வாய்யா வா

வரலாற்று அறிஞரே வா

சரித்திரத்தின் பழுப்புத்தாள்

புரட்டிச் சொல்லு

போர்க்களத்தில் வென்றபடை

தோற்ற தேசத்து மகளிரை

என்ன செய்தது...."

என்ன வெல்லாம் செய்யும் என நானும் அறிவேன் நவாப் அவர்களே ! எனது தந்தையும் போர் வாளால் குருதி சுவைத்தவர் தானே ! இந்த யுத்தங்களை ஒழிக்க முடியாதா... மண்ணாசையில்

எழுந்த போரிது. எத்தனை உயிர்களுக்கு எமனாகி இன்னல் தருகிறது...! நெஞ்சே வெடித்து விடும் போல இருக்கிறது. நிகழ்ந்தவைகளை நினைத்துப் பார்த்தால்... குறைந்த பட்சம் தவிர்க்க முடியாதா.. போரில்லாத புதிய பூமி மலராதா... கெட்டப் போரிடும் இந்த உலகம் வேரோடு சாயாதா... புதியதோர் உலகம் பிறக்காதா...பாறைகளோடு பழகி, பாறைகளின் மீது கோட்டை கட்டி வாழ்ந்து பாறைகளாகவே போனதோ ராஜாக்களே உங்கள் மனது ?

“மகளே எந்தப் பொழுதிலும் நான் இந்த யுத்தத்தை விரும்பவில்லை. இந்த யுத்தம் பேரழிவினைத் தருமென்பதை அறிவேன். உயிர்ச் சேதமும் பொருள் சேதமும் இரு புறமும் என்னென்ன விளைவுகளை ஏற்படுத்தும் என்பதை மிக நன்றாக அறிவேன்.”

“ஆற்காட்டின் அரசே ...இந்த பூவுலகம் முழுவதையும் தனக்கே தனக்கென அடிமைப்படுத்தி அடக்கியாள வேண்டுமென்ற பேராசைதானே யுத்தங்களுக்கு அடிப்படையான மூலக்காரணம்...”

“ஆனால் மகளே இந்தப் போர் நம் மீது திணிக்கப்பட்டது.. வேறு வழியேயின்றி பெருமிதம் கூடிய என் வாளை ஏந்த வேண்டியதாயிற்று.. போர் புரிந்து கொண்டிருக்கும் போதே இது தேவையா... என என்னை நானே கேட்டுக் கொண்டேன் போரில் இரு பக்கங்களிலும் ஏற்பட்ட அழிவுகள் என் மனதை பாதித்தன.”

“கர்நாடகம் காக்க வந்த களப்புலியே ...ஆனால் யுத்தங்கள் சொல்லும் பாடமென்ன! வெறும் கொலைகள்! மனிதக்கொலைகள்! தாய்நாட்டைக் காக்க ஆக்கிரமித்த ஆண்களுடன் ஆயுதங்களுடன் போர்புரியும் வீரர் கூட்டம் எதிரிநாட்டு பெண்டிரை நடத்தும் விதம் யாது..?

தினவெடுத்த தம் உடலுக்கு தீனியாய் வெறியேறி ஆட்கொள்வதும் அதன் காரணமாக தந்தை பெயர் அறியா மகவுகள் இவ்வுலகில் பெருகுவதும் கூட யுத்த தர்மமோ தளபதிகளே.. சேனையின் அதிபதிகளே.. போர்களின் பெயரால்.. ஆயுத வியாபாரிகள் செழிக்க எத்தனைப் பெண்கள் வாழ்விழப்பது

எத்தனை ராணி தீக்குளிப்பது ஆநிரைக்கவர்வது தொடங்கி, எல்லை விரிவாக்கம் என்ற பெயரில் நில அபகரிப்பு... அபலைகள் மீதான ஆதிக்க உடல் வன்முறை... கொஞ்சும் குழந்தைகளையும் கொல்லத் துணிந்த கல் மனது... என்ன சொல்ல... எப்படிச் சொல்ல”

“மகளே அனைவரையும் காபந்து செய்ய வேண்டிய காவலன் நான்.. ஆராயாமல் எடுக்கப்பட்ட அவசர முடிவுகளே தேசிங்குராஜனின் தோல்விக்குக் காரணங்களாகும்”

“எனினும் ஏற்றிருக்கிறீர்களா.. ராஜாக்களே... என்றாவது. நும் இணையர் பகர்வதை... தாரை புலம்பினாள்... மண்டோதரி வருந்தினாள்.. கேட்டீரா.. இனியாவது கேட்பீரா ...உயிர்கள் பலவற்றை எவ்வித குற்ற உணர்வுமின்றி அழிப்பதே யுத்தம்! யுத்தங்கள்.. உலக மகாப் போர்கள். இவைகளால் ஆயுத வியாபாரிகளுக்கோ பெரும் லாபம்.. சராசரி மக்களுக்கோ எதிர்காலம் பெருவினாக் குறியாய்..

“இப்போதும் கூட ஒன்றும் கெட்டுவிடவில்லை, மகளே உன் முடிவை மறுபரிசீலனை செய் ..ஆற்காட்டின் அரண்மனையில் என் மகள்களோடு இரு.. இந்த வாழ்க்கை வாழ்வதற்குத்தான்... யோசி.”

“கிஸ்தி... திறை எனும் பெயர்களில் அப்பாவிகள் கொல்லப்படுவதோ அரசாட்சி... பணம் பிணங்களைப் ப்ரசவிக்குமோ... பேயரசு செய்தால் பிணந் தின்னும் சாத்திரங்கள்...! ம்ம். உங்கள் அழைப்புக்கு நன்றி.. எனக்கும் என் புருஷனுக்கும் விடை கொடுங்கள்.”

தீக் குளிக்கும் நாளன்று அந்த கைம்பெண் மணப் பெண்போல் அலங்கரிக்கப்படுவாள். யானை அல்லது குதிரையின் மீது ஏறி மயானத்துக்கு செல்வாள். சிலர் பல்லக்கிலும் செல்வது உண்டு. மயானத்துக்கு அருகில் உள்ள ஆறு அல்லது குளத்தில் குளித்து விட்டு மஞ்சள் நிற ஆடையை அணிவாள்.

அங்கு ஒரு பெரும் விருந்து கொடுப்பாள். பின் தன் உடல் முழுக்க எண்ணெய் உற்றிக்கொண்டு பரணின் மீது ஏறி தீ குளிப்பாள்.

கற்பு என்ற ஒன்று கற்பிக்கப்பட்டு, பெண்களுக்கு இத்தகைய கொடுமைகள் நடத்தப்பட்டன

ராணிக்கு 16 வயதிற்குள்ளே தான் இருக்கும். வெள்ளை சேலை கட்டி இருந்தாள். தலையிலும் கழுத்தைச் சுற்றிலும் வெள்ளை நிற மல்லிகைப் பூ சூடி இருந்தாள். அவளைச் சுற்றி 20 பெண்கள் நின்று கொண்டு ஒரு வெள்ளைத் துணியை அவள் தலைக்கு மேல் வெயில் படாமல் பிடித்துக் கொண்டிருந்தார்கள்.

அங்கிருந்து 20 அடி தள்ளி சில பிராமணர்கள் விறகுக் கட்டைகளால் எட்டடி நீளத்தில் நான்கடி அகலத்தில் சிதை தயாரித்துக் கொண்டிருந்தார்கள்.

இறந்தவரின் உடம்பைச் சுற்றி நான்கு பிராமணர்கள் முதல் முறை சூரியனுக்கு எதிர்த்திசையாகவும் அடுத்த மூன்று முறை சூரிய ஒளி வீசும் திசையிலுமாக சுற்றி வந்தார்கள். இப்போது அவர்கள் தங்களுடைய நீண்ட தலைமுடியை அவிழ்த்து விட்டுக் கொண்டும் உடனே மீண்டும் முடிந்துகொண்டும் ஏதோ மந்திரங்களை உச்சரித்தார்கள்.

மற்றவர்கள் மந்திரம் சொல்லிக் கொண்டு கையில் இருந்த பச்சை இலையால் தண்ணீரை எடுத்து அருகில் குவித்து வைக்கப்பட்டிருந்த சாண எருக்களின் மீது தெளித்துக் கொண்டிருந்தார்கள். வடகிழக்கு மூலையில் அமர்ந்திருந்த ஒரு வயதானவர் கையில் இருந்த ஓலைச் சுவடியில் உள்ளதை வாசித்துக் கொண்டிருந்தார்.

எதற்கு இந்த பிராமணர்கள் புரியாத பாஷையில் மந்திரங்களை வாரி இறைக்கிறார்கள்? இரட்டை நாக்குகள் கொண்ட நாகங்களைப் போல தங்கள் இல்லத்தில் குடும்பத்துடன் உரையாட ஒரு பாஷை.. வயிற்றுப் பிழைப்புக்கு ஒரு பாஷை! அதுவும் செத்த பாஷை...! யார் பேசுகிறார். இன்றிந்த பாஷையால் இவர்கள் மட்டுமே பேசி பணம் பார்க்கிறார்கள்..! ச்சீ... நாயும் பிழைக்கு மிந்த பிழைப்பு!

ராணியை மற்ற பெண்கள் அழைத்துச் சென்று குளிக்க வைத்து, அவள் நெற்றியில் செந்நிறத்தில் ஆறு பென்ஸ் காசு அளவுக்கு பொட்டு வைத்தார்கள். பிறகு ஈரமண் போன்று எனக்குத் தெரிந்த

ஏதோ ஒன்றை பிசைந்து அவள் நெற்றியில் தடவினார்கள். பிறகு அந்தப் பெண் சிதைக்கு அழைத்து வரப்பட்டு அவள் சிதையைச் சுற்றி மூன்று தடவை நடந்தாள். சிதையில் அவள் கணவன் உடல் ஏற்கனவே ஏற்றி வைக்கப்பட்டிருந்தது. இவள் யாருடைய துணையும் இல்லாமல் தானாகவே அதில் ஏறி தன் கணவன் தேசிங் உடல் அருகில் அமர்ந்தாள்.

பிறகுதான் அணிந்திருந்த நகைகளின் திருகுகளை, திருகி கழற்றி அந்த ஆபரணங்களை கையில் எடுத்து மீண்டும் அந்த திருகுகளை பொருத்தி பக்கத்தில் நின்ற இரு பெண்களிடமும் ஆளுக்கு ஒன்றாகக் கொடுத்தாள். தன் காதில் அணிந்திருந்த ஆபரணங்களையும் அவள் மிகுந்த நிதானத்துடன் திருகை கழற்றி எடுத்து, மீண்டும் திருகைப் பொருத்தி அந்தப் பெண்களிடம் பிரித்துக்கொடுத்தார். பிரித்துக் கொடுக்கும் பொழுது ஏதோ சிறிய குழப்பம் ஏற்பட அவள் பொறுமையாக அதை சரியாகப் பிரித்துக் கொடுத்தாள்.

பிறகு மெதுவாக அப்படியே மல்லாக்க சாய்ந்து படுத்தாள் ஒரு மஞ்சள் துணியால் தன் முகத்தை மூடிய பிறகு புரண்டு தன் கணவருக்கு நெருக்கமாகப் படுத்து தன் வலது கையை தூக்கி அவர் மார்பின் மீது வைத்தாள். அதன் பிறகு எந்த அசைவு மின்றி காத்திருந்தார்.

பிராமணர்கள் இறந்தவரின் வாயில் சிறிது அரிசியையும் மீதி அரிசியை அவள் மீதும் தூவினார்கள் பிறகு சிறிது நீரை இருவர் மீதும் தெளித்தார்கள்.

பிறகு ஒரு சிறிய கயிறு கொண்டு இருவரையும் சேர்த்துக் கட்டினார்கள். பிறகு இருவர் உடலும் மற்றவர் கண்களில் மறையும் அளவுக்கு மரக்கட்டைகளை சுற்றி அடுக்கினார்கள். குறுக்குவாக்கில் சிறிது கட்டைகளை அடுக்கிய பிறகு ஒரு பாத்திரத்தில் இருந்து எண்ணெய் போன்ற திரவத்தை அந்தப் பெண் இருந்த பகுதியில் ஊற்றினார்கள். பிறகு மீண்டும் கட்டையை அடுக்கினார்கள். இப்போது வெறும் விறகுக் குவியலாகவே தெரிந்தது. பிறகு முழுவதுமாக வைக்கோலால் மூடினார்கள் சுற்றிலும் கயிறால் இறுக்கிக் கட்டினார்கள். பிறகு ஒருவர் சிறிது வைக்கோலை எடுத்து அருகில் கனன்று எரிந்து

கொண்டிருந்த சாண எருக்களில் பற்ற வைத்து அதை சிதையில் போட்டார். பிறகு தீ நன்றாகப் பற்றுமாறு விசிறி விட்டார்கள். அப்போது காற்றும் அதே திசையில் வீச தீ வேகமாகப் பற்றிக் கொண்டது. ஏதோ ஒரு கிறீச்சிடும் ஒலியை கேட்டது மாதிரியும் மற்ற இரைச்சலிடமிருந்து அதை தனிமைப்படுத்திக் கேட்காதது மாதிரியும் இருந்தது.

சில நிமிடங்களில் அந்தக் குவியல் சாம்பல் ஆனது.

***

கவிதைகளின் பயன்பாட்டுக்காக நன்றி

1. முனைவர் பாலின் ப்ரீத்தா ஜெபச்செல்வி, புதிய மனிதன் மின்னிதழ்
2. கவிஞர் மகுடேசுவரன், காமக் கடும்புனல்
3. முனைவர். ஆறு இராமநாதன், தேசிங்கு ராஜன் கதைப் பாடல்கள்

❑

பாறை வனம்

உளிகள் சுத்தியலோடு
உரக்கக் குரல் கொடுத்தான் சிற்பி அடிவாரத்தில்
அலட்சிய நடையில் குவாரிக்காரன் வெடிகளோடு
காதில் விழாதது போலக்
கண்டு கொள்ளாமலிருந்தன பாறைகள்
செம்மறியாட்டுக் கூட்டமொன்று
சிற்பியைப் பார்த்தது அவட்சிமாய்.
ஏறினான்; பாறைகளின்
மையத்தில் நின்று கூவினான்

"உங்களில் யாருக்குச் சிலையாக விருப்பம் !
செதுக்கிச் செதுக்கிச்
சிறக்க வைக்கும் கலைஞன் தான்
சீக்கிரம் சொல்லுங்கள்
உங்களில் யார் சிலையாகப் போகிறீர்கள்.

"சிலையா...? நாங்களா...?
சிரிப்பு தான் வருகிறது
இந்தமொக்கை மூஞ்சியில் சிலையா
பொய் சொல்லும் சிற்பியே...
போய்யா போய்யா"

"அறியாமல் பேசுகிறாய்
திறமை தகுதி அழகென்பதெல்லாம்
உன்னுள் இருப்பது
தேவையற்றதை நீக்கிவிட்டால் தெரிவதது.
சிறிது அவகாசம் தருகிறேன் சிந்தித்துச் சொல்லுங்கள்,"
மவுனம்,

பாறைவனமெங்கும் மவுனம்.;
பட்சிகளின் இசையில்லை;
சில்வண்டுகளின் சீழ்க்கையுமில்லை
மேய்ச்சல் மிருகங்களும் அமைதியில் உறைந்தன
மவுனம் உடைத்து மெல்லிய குரலில்
முனகியது ஒரு பாறை.
"எனக்கே என்மேல் நம்பிக்கையில்லை
சிலை சிற்பமென்பதெல்லாம் பெரிய விஷயம்
சாலையில் பயன்படும்
கற்களாய் ஆக்கமுடியுமா ?"
"ஆமாம் ஆமாம்!
என்னைக் கூடக் கட்டடம் கட்டிட உதவும்
சிறுசிறு ஜல்லியாய் ஆக்கிவிடுங்கள்
அதற்குத் தான் இன்றைக்கு மதிப்பதிகம்."
இன்னும் தூளானாலும் எம் சாண்ட்..
ம்ம்..தேவையதிகம்!

"அபத்தமாய்ப் பேசுதுங்க பார்
சின்னப்பசங்கன்றது சரியாத்தானிருக்கு.———
யாராயிருந்தாலும் எதுவாயிருந்தாலும் யாருக்காவது
ஒதவியா ஒபயோகமா இருக்கோணும்"
"அப்படியானால் சிலையாக
உனக்குச் சம்மதம் தானே..."
"ம்ம்..ம்ஹூம்."இழுத்தபடி சொன்னதொரு பாறை
"அம்மியோ ஆட்டுக்கல்லோ உரலோ....
யாராயிருந்தாலும் எதுவாயிருந்தாலும் யாருக்காவது
ஒதவியா ஒபயோகமா இருக்கோணும்"
"கலையறிவு இல்லாக் கற்கள்
சிலை மதிப்பறியா சிறுசுகள்
சரியாய்த் தான் சொல்லி இருக்காங்க பெரியவங்க
சின்னக்கல்லெடுத்து...எதையோ தொடைக்கலாகாதுன்னு"

எரிச்சலில் எழுந்த சிற்பியை
ஆச்சரியப்படுத்திய தொரு குரல்
"எனக்குச் சம்மதம்!!"
"யார்... யாரது...?"
"நான்தான்" என்றது   ஒரு கறுப்புப் பாறை
"சிலையாக சிற்பமாக
எதுவாகவுமெனக்குச் சம்மதம்
உங்கள் மேல் முழு நம்பிக்கை
வேறென்ன வேண்டும்
தொடங்குங்கள் பணியை"
கம்பீரமாகக் கட்டளையிட்டது.
எதிர்காலச் சிற்பம்

உத்வேக மகிழ்வோடு எழுந்தான் சிற்பி
உதட்டில் உற்சாக சீழ்க்கை ...முன்னணி இசை?
உளியோடும் சுத்தியலோடும்
சிந்தனையில் சேர்த்து வைத்திருந்த
கற்பனைச் சிலையைக் கரங்களுக்கு கொண்டுவந்து
எழுந்தான் சிற்பி.
"ட மா ல்..."
அலறி ஓடின செம்மறி ஆடுகள் மேய்ப்பர்கள் பின்னால் ஓட
வெடிகளோடு நடந்தான் குவாரிக்காரன்
அடுத்தப்பாறையைத் தகர்க்க.
திடுக்கிட்டன உயிரிகள்
திகைப்பில் பாறைகள்

துண்டுக் கரமொன்று துடித்து கொண்டிருந்தது உளியோடு

குருதிச் சகதியில்
@

பஞ்சமா பாதகம்

1. தீ

தனியார் பள்ளி நிறுவனர்.
நடுரோட்டில் குத்திக்கொலை!

பல ஆண்டுகளுக்கு முன் குழந்தையைத் தீ விபத்தில் பறிகொடுத்த தந்தை பழி வாங்கினார். இவர் மனநலம் பாதிக்கப்பட்டு சாலைகளில் சுற்றித் திரிந்தவர் என்பது விசாரணையில் தெரிய வந்துள்ளது.

> "அன்று / ஏன் கதிரவன் கடும் கருமேகங்களை ஊடுருவவில்லை?
> அன்று
> ஏன் கும்பகோணத் தென்றல் கனலாக மாறியது
> அன்று ஏன் தாயுள்ளங்கள் பதறித்துடித்தன?
> இளஞ்சிறார்கள் அக்னித் தேவனின் சினத்தில் தத்தளித்தனர்.
> அன்று
> ஏன் அச்சிறார்களை இறைவன்
> அக்னிக் குஞ்சுகளாக பரிணமித்தான்?
> இறைவா இதுவோ கொடுமையிலும் கொடுமை
> வளர்ந்து கல்விகற்று பணிசெய்யும் பருவத்தில்
> பழுத்த வயதில் மறைந்த தாய் தந்தையரைப் பூமிக்கு கொடுப்பர்.
> இன்றோ காண்பது கொடுமையிலும் கொடுமை
> பாலர்களை தந்தையர் பூமியில் புதைக்கும் காட்சி
> தாய் கண்ட கனவு
> தந்தை கண்ட கனவு
> சிறார் கண்ட கனவு
> எல்லாமே அக்னியின் வேகத்தில் கரிக்குஞ்சாய்......
> இறைவா... உன் அருளால் தம் குழந்தைகளை
> இழந்து தவிக்கின்ற பெற்றோர்க்கு
> மன அமைதி பாக்கியத்தை மறுபடியும் வாழ்வில் அருள்
> அவர்கள் எப்பொழுதும் உனை நம்பி
> அமைதி வாழ்வு வாழப் பிராத்திக்கிறேன்."
>
> ஏபிஜெ அப்துல்கலாம் மேனாள் குடியரசுத் தலைவர்

கும்பகோணம் பள்ளித் தீ விபத்து: பள்ளி நிறுவனருக்கு ஆயுள் தண்டனை கும்பகோணத்தில் ராமகிருஷ்ணா என்ற பள்ளிக் கூடம் தீப்பிடித்து எரிந்து, 94 குழந்தைகள் பலியான விபத்து குறித்த வழக்கில் அந்தப் பள்ளிக்கூடத்தின் நிறுவனர் டாக்டர் கந்தசாமிக்கு ஆயுள் தண்டனை விதிக்கப்பட்டுள்ளது.

2004 ஆம் ஆண்டு ஜூலை 16 ஆம் தேதி நிகழ்ந்த இந்த விபத்தில் 94 குழந்தைகள் பலியாகினர். 18 குழந்தைகள் படுகாயமடைந்தனர்.

தஞ்சாவூர் அமர்வு நீதிமன்றத்தில் நடைபெற்று வந்த இந்த வழக்கில் புதன்கிழமையன்று தீர்ப்பு வழங்கப்பட்டது. குற்றம் சாட்டப்பட்ட 21 பேரில் ராமகிருஷ்ணா பள்ளி நிறுவனர் டாக்டர் கந்தசாமி உள்ளிட்ட 10 பேர் குற்றவாளிகள் என தஞ்சை மாவட்ட அமர்வு நீதிமன்ற நீதிபதி முகமது அலி புதன்கிழமையன்று காலை தீர்ப்பளித்தார்.

8 அதிகாரிகள், 3 ஆசிரியைகள் உள்ளிட்ட மீதமுள்ள 11 பேர் விடுவிக்கப்பட்டனர்.

தண்டனை விவரம் :

பள்ளியின் நிறுவனர் டாக்டர் கந்தசாமிக்கு ஆயுள் தண்டனையும் அந்தப் பள்ளிக்கூடத்தின் தாளாளரும், டாக்டர் கந்தசாமியின் மனைவியுமான வாணி, தலைமை ஆசிரியர் லெட்சுமி, சத்துணவு அமைப்பாளர் வி.லட்சுமி, சமையல்காரரர் வசந்தி ஆகியோருக்கு தலா 5 ஆண்டுகள் கடுங்காவல் சிறைத் தண்டனையும் விதிக்கப்பட்டது.

மாவட்டத் தொடக்கக் கல்வி அலுவலர் ஆர்.பாலா, முருகன், மாவட்டத் தொடக்கக் கல்வி அலுவலக உதவியாளர் பிரகாசம், கண்காணிப்பாளர் ருத்ரதாண்டவன், மாவட்டத் தொடக்கக் கல்வி அலுவலரின் தனி உதவியாளர் ஜி.துரைசாமி ஆகிய 4 நான்கு கல்வி அதிகாரிகளுக்கும் தலா 5 ஆண்டுகள் சிறை தண்டனை விதிக்கப்பட்டுள்ளது.

இந்தப் பள்ளிக்கூடத்திற்குத் தரச்சான்றிதழ் வழங்கிய பொறியாளர் ஜெயராமச்சந்திரனுக்கு 2 ஆண்டுகள் கடுங்காவல் தண்டனை விதிக்கப்பட்டுள்ளது.

பள்ளி நிறுவனர் டாக்டர் கந்தசாமிக்கு ஆயுள் தண்டனை தவிர 51,65,700 ரூபாய் அபராதமும் விதிக்கப்பட்டுள்ளது. பொறியாளர் ஜெயச்சந்திரனுக்கு 50,000 ரூபாய் அபராதமும், கல்வித் துறை அதிகாரிகள் நான்கு பேருக்கு தலா 10,000 ரூபாய் அபராதமும் விதிக்கப்பட்டுள்ளது.

அபராதத் தொகையில் இருந்து இறந்த குழந்தைகள் குடும்பத்தினர், காயமடைந்த குழந்தைகளுக்கு இழப்பீடு வழங்கப்பட வேண்டுமெனவும் நீதிபதி தீர்ப்பளித்துள்ளார்.

இந்த வழக்கில் புதன்கிழமையன்று தீர்ப்பு வழங்கப்படும் என அறிவிக்கப்பட்டிருந்த நிலையில், தீர்ப்பைக் கேட்பதற்காக காலை முதலே நீதிமன்ற வளாகத்தில் இறந்த குழந்தைகளின் பெற்றோரும் உறவினரும் குழுமியிருந்தனர். பள்ளியின் நிறுவனருக்கு ஆயுள் தண்டனை வழங்கப்பட்டிருந்தாலும் 11 பேர் விடுவிக்கப்பட்டிருப்பதில் இவர்கள் பெரும் அதிருப்தி அடைந்துள்ளனர். மேல் முறையீடு செய்யப்போவதாகவும் ஊடகங்களிடம் தெரிவித்தனர்.

இந்தத் தீ விபத்தில் காயமடைந்து, தற்போது 18 வயதை எட்டியிருக்கும் குழந்தைகளிடம் கேட்டபோது, அவர்களும் அதிருப்தியையே வெளிப்படுத்தினர்.

இந்த தீ விபத்து நடந்தபோது 3 ஆம் வகுப்பு படித்துக் கொண்டிருந்த மெர்சி, மாணவர்களைக் காப்பற்ற முயலாத ஆசிரியைகள் விடுவிக்கப்பட்டிருப்பது குறித்து வருத்தம் தெரிவித்தார்.

மேலும் அவர் கூறியதாவது :

"இப்போதும் நான் அந்த இடத்தைக் கடக்கும் போதும் கண்ணீரும் கடந்து போகும்.. நான் நேரில் கண்ட அந்தக் கோர வடிவம் இன்னும் என் நெஞ்சில் ஆழமாய்... வேரூன்றி இருக்கிறது."

மற்றொரு மாணவரான விஜய்யும் "11 பேர் விடுவிக்கப்பட்டிருக்கக் கூடாது...என்னுடன் படித்த சிறுமி ரமாவின் அப்பா இன்றைக்கும் மனநிலை பாதிக்கப்பட்டு சாலையோரங்களில் திரிகிறார் ...தன் குழந்தையைக் "கொன்றவர்களைச் கொல்லாமல் சாக மாட்டேன்" என்று புலம்புவதைக் கேட்டால் நீங்களும் கண்ணீர் விடுவீர்கள்" என்று கூறினார்.

*

தமிழக அரசின் மனு தள்ளுபடி:

இதற்கிடையில், இந்தத் தீ விபத்தில் பாதிக்கப் பட்டவர்களுக்கு கூடுதல் நிவாரணம் வழங்க வேண்டும் என்ற கோரிக்கையை எதிர்த்து உச்ச நீதிமன்றத்தில் தமிழ்நாடு அரசு தாக்கல் செய்த மனுவும் தள்ளுபடி செய்யப்பட்டுள்ளது. விபத்தில் உயிரிழந்த குழந்தைகளின் பெற்றோருக்கு அந்தத் தருணத்தில் தமிழ்நாடு அரசு தலா ஒரு லட்ச ரூபாய் இழப்பீடு அறிவித்திருந்த நிலையில், கூடுதல் இழப்பீடு கோரி பெற்றோர் தரப்பில் சென்னை உயர் நீதிமன்றத்தில் 2010ல் வழக்குத் தொடுக்கப்பட்டது.

வழக்கை விசாரித்த உயர் நீதிமன்றம், ஓய்வு பெற்ற நீதிபதி சண்முகம் தலைமையில் ஒரு குழுவை அமைத்து, பாதிக்கப்பட்டவர்களுக்கு இழப்பீடு கொடுப்பது தொடர்பாக ஆய்வு செய்து அறிக்கை அளிக்கும்படி உத்தரவிட்டது. இதனை எதிர்த்து தமிழக அரசு உச்ச நீதிமன்றத்தில் மேல் முறையீடு செய்தது. அந்த மனு கடந்த வாரம் தள்ளுபடி செய்யப்பட்டது.

குழந்தைகளை இழந்த பெற்றோரைப் பொறுத்தவரை, குழந்தைகளை இழந்து தவிக்கும் தங்களுக்கு கூடுதல் நிவாரணம் அளிக்க வேண்டுமென்கிறார்கள். அந்தக் குழந்தைகள் இருந்திருந்தால், தங்களைக் காப்பாற்றியிருக்கும் எனக் கண்ணீர் மல்க கூறினர் அப்பெற்றோர்.

இந்த வழக்கில் இருந்து 11 பேர் விடுவிக்கப்பட்டிருப்பதை எதிர்த்து, மேல் முறையீடு செய்யப்போவதாக பாதிக்கப்பட்ட பெற்றோர் தரப்பில் கூறப்பட்டுள்ளது. அதேபோல, தண்டனை பெற்றவர்களும் மேல் முறையீடு செய்யப்போவதாகத் தெரிவித்துள்ளனர்.

தண்டனை பெற்றவர்களில் இரண்டு ஆண்டு சிறை தண்டனை பெற்ற ஜெயராமச்சந்திரன் தவிர, மற்றவர்கள் திருச்சி சிறைச் சாலையில் அடைக்கப்பட்டுள்ளனர்.

*

தீயில் தன் குழந்தையைப் பறிகொடுத்த தாயொருவர் "உன் போட்டோ இதுல இல்லியேடா... ஒரு போட்டோ கூட உன்ன எடுக்காமலே விட்டுட்டேனே" எனக் கதறி அழுதது காண்போரைக் கலங்கச் செய்தது.

"இச்சம்பவம் நடக்கும் போது நான் கும்பகோணம் அரசு கலை அறிவியல் கல்லூரியில் பி.எஸ்சி இறுதியாண்டு ஆரம்பம். இந்தக் கல்லூரியும் அந்தப் பள்ளியும் காவிரியின் கரையில் எதிர் எதிரே அமைந்துள்ளன. நாங்கள் எனது நணபர்கள் அனைவரும் காவிரி கரை ஓரத்தில் பேசிக் கொண்டிருந்தோம்.. வகுப்பு ஆரம்பத்தில் அவ்வளவாக வகுப்புகள் நடக்காது.. சுமார் காலை பதினோரு மணி இருக்கும் ஒரே புகை மூட்டம், கூக்குரல் கேட்டது .. அப்போது ஆற்றில் தண்ணீர் இல்லை.. குறுக்கே ஓடிப் பார்த்தால் அனைத்தும் எரிந்த நிலையில்.. என் வாழ்வில் மிகவும் பாதித்த சம்பவம். இது எனக்கு ஒரு வாரம் பித்து பிடித்தது போல் இருந்தது.. என்னால அந்த சம்பவத்தை மறக்க முடியவில்லை.. இனியவன் அண்ணா"

"புரிகிறது கார்த்திக் — நேரில் கண்ட சோகம் மறப்பதில்லை, பாதிப்பு மறைவதில்லை"

"இல்லை அண்ணா இதற்கெல்லாம் காரணம் என்ன தெரியுமா கல்வியைத் தனியாருக்கு தாரை வார்த்தது. மற்றும் பெற்றோர்க்கு ஏற்படும் தனியார் பள்ளி மோகம்... கட்டமைப்பே இல்லாமல் இயங்கும் தனியார் பள்ளிகளுக்கு பணத்தை லஞ்சமாக வாங்கி கொண்டு அனுமதி அளித்த கல்வித் துறை..

ஒரு வீட்டில் இழவு விழுந்து பார்த்திருப்போம்.. ஆனால் ஒரு ஊரே இழவாய்ப் போனது அன்று. ஆம் நத்தம் எனும் சிற்றூர் இறந்த குழந்தைகள் முக்கால்வாசி அந்த கிராமத்தில் இருந்து படித்தனர்..

அனைத்து குழந்தைகளும் சாதாரண கூலித் தொழிலாளர்கள் குழந்தைகள்.. ஆறு கிலோ மீட்டர் தொலைவில் இருந்து தனியார் பள்ளியில் பயில வந்த மயில்கள்.

மருத்துவத்தையும், கல்வியையும் தனியாருக்கு தாரை வார்த்து மதுக்கூடங்களை மட்டும் ஏற்றெடுத்தது நடத்தும் மாநிலம் அன்றோ !"

"எனக்கும் கூட எப்போது அந்த இடத்தைக் கடக்கும் போதும் கண்ணீரும் கடந்து போகும். நான் கண்ட அந்தக் கோர வடிவம்.. இன்னும் என் நெஞ்சில் ஆழமாய். கருகிய உடல்களைத் தூக்கிய கல்லூரி மாணவர்களில் ஒருவனாய் . காலத்தின் கோரம் என் கல்லூரிக் காலத்தில் கண்ட காட்சி.

மீண்டும் நான் காண விரும்பாத சோகக் காட்சி.

மீண்டும் நான் கேட்க விரும்பாத சோக கீதம்.

அப்பாக்களின் கண்ணீரும் , அம்மக்களின் அலறலும் இன்னும் என் செவிப்பறையில். கருகிய மொட்டுக்களை ஏந்திய கைகளை

கண்ணீர் விட்டு கழுவிக் கொள்கிறேன்.

வருடங்கள் கடந்தாலும் வாதம் மட்டும் முடியவில்லை.

காலங்கள் கடந்தாலும் நெஞ்சில் உள்ள காட்சிகள் மாறவில்லை."

"நேற்றே கலங்கினேன் கார்த்திக் — கலங்கி என்ன ஆயிடப் போகுது — உலகமெங்கும் அநியாயங்கள் வியாபித்து இருக்கிறதே"

என்ன நடந்தது எப்படி நிகழ்ந்தது ஒரே கட்டிடத்தில் மூன்று பள்ளிகள் அந்த வளாகத்தில் இயங்கி வந்தன. முதலாம் வகுப்பு முதல் ஐந்தாம் வகுப்பு வரை ராமகிருஷ்ணா பள்ளியில் 477 பிள்ளைகள் படித்து வந்தனர். சரஸ்வதி மழலையர் மற்றும் தொடக்கப் பள்ளியில் எல்.கே.ஜி முதல் ஐந்தாம் வகுப்பு வரை 126 பிள்ளைகள் படித்து வந்தனர். இது தவிர உயர் நிலைப்பள்ளியும் இயங்கி வந்தது

இதோ, பள்ளிப் பாதுகாப்பு விதிகளை மாற்றியமைக்க பாடமாக இருந்த இந்தச் சம்பவம் குறித்து சோக நினைவுகள்...

கடந்த 2004—ம் ஆண்டு ஜூலை மாதம் 16—ந்தேதி. வெள்ளிக்கிழமை. அன்று காலை 10.30 மணியளவில் கும்பகோணம் காசிநாதன் தெருவில் உள்ள ராம கிருஷ்ணா மெட்ரிக் பள்ளியில் தீ விபத்து ஏற்பட்டது.

மாடியில் சிறிய கூரை வேயப்பட்ட காற்றோட்டமில்லாத அறையில் அமர வைக்கப் பட்டிருந்த 200 குழந்தைகளில் 94 குழந்தைகள் தீயில் சிக்கினர்.

தகவலறிந்து அலறி அடித்து சம்பவ இடத்திற்கு ஓடி வந்தனர் பெற்றோர்களும், அப்பகுதி மக்களும். ஆனால் 94 பிஞ்சு மலர்களை தீ என்னும் அரக்கன் ஆட்கொண்டு விட, 18 குழந்தைகள் மட்டுமே காப்பாற்றப்பட்டனர். இந்தியாவையே உலுக்கியது இந்த கோரச் சம்பவம்.

கூரைக் கட்டிடம், குறுகலான மாடிப்படி அனைவரையும் தப்ப விடாமல் செய்தது இந்த கோர விபத்துக்கு முக்கியக் காரணம் என்றால். அதேசமயம், தங்கள் உயிரைக் காப்பாற்றிக் கொள்ள தப்பித்துச் சென்ற ஆசிரியர்களும் இதற்கு முக்கியக் காரணம் என பெற்றோர்கள் குற்றம் சாட்டினர்.

குழந்தைகளின் நினைவாக கும்பகோணம் பாலக்கரையில் நினைவுத்தூண் மற்றும் மண்டபம் கட்டப்பட்டுள்ளது. பூங்காவும் அமைக்கப்பட்டது.

வருடந்தோறும் தங்கள் குழந்தைகளின் நினைவு நாளில், அவர்களுக்குப் பிடித்த திண்பண்டங்கள், விளையாட்டுப் பொருட்களை நினைவுத் தூண் அருகே படைத்து பலியான குழந்தைகளின் பெற்றோர் வழிபட்டு வருகின்றனர்.

குழந்தைகள் பலியான ஜூலை 16—ந் தேதியை மத்திய, மாநில அரசுகள் பள்ளிக் குழந்தைகள் பாதுகாப்பு தினமாக அறிவிக்க வேண்டும் என்பது பெற்றோர்களின் நீண்ட நாள் கோரிக்கை.

இக்கோரச் சம்பவத்தைத் தொடர்ந்து பாதுகாப்பில்லாத பள்ளிகளை இழுத்து மூடிய தமிழக அரசு, பள்ளிகள் செயல்படத் தேவையான கட்டாய விதிகளை அமல் படுத்தியது குறிப்பிடத்தக்கது.

இந்தக் கொடூர சம்பவத்துக்குப் பிறகுதான் தமிழக அரசின் பள்ளிக்கல்வித்துறை விழித்து கொண்டது. அங்கீகாரம் பெறாத பள்ளிகள் மீது நடவடிக்கை எடுக்கப்பட்டது. ஒவ்வொரு பள்ளி கட்டிடத்துக்கும் போதிய உள் கட்டமைப்பு வசதி, காற்றோட்ட வசதி, குடிநீர் வசதி, பாதுகாப்பு வசதி ஆகியவை கண்டிப்பாக இருக்க வேண்டும் என உத்தரவிடப்பட்டது.

இதைக் கண்காணிப்பதற்காக ஓய்வு பெற்ற நீதிபதி தலைமையில் கமிட்டி அமைக்கப்பட்டது. இதற்குப் பிறகு கும்பகோணம் மக்கள் ஒவ்வொரு ஆண்டும் ஜூலை 16—ந் தேதியை துக்க நாளாக கடைபிடித்து வருகின்றனர்.தற்போது தீ விபத்து ஏற்பட்ட பள்ளிக்கூடமே நினைவுச் சின்னமாக மாறிவிட்டது. ஆண்டுகள் 8 ஆனாலும் மனதில் நீங்காத சோகச் சுவடுகளாக இருந்து வருகிறது.

கும்பகோணம் பள்ளி தீ விபத்தில் 94 மொட்டுக்கள் உதிர்ந்து எட்டாமாண்டு நினைவு நாள் (16.07.2012) இன்று. உயிர் நீத்த பிஞ்சுகளுக்கு எங்கள் கண்ணீர் அஞ்சலி!!

கடந்த 2004ம் ஆண்டு ஜூலை 16ந் தேதி கும்பகோணம் காசிராமன் தெருவில் இயங்கி வந்த ராமகிருஷ்ணா பள்ளியில் தீ விபத்து ஏற்பட்டது. இதில் 94 பள்ளிக் குழந்தைகள் உடல் கருகி உயிரிழந்தனர். 18 குழந்தைகள் படுகாயத்துடன் உயிர் தப்பினர். இந்தக் கொடூர சம்பவம் தமிழகத்தை மட்டுமின்றி உலகையே உலுக்கியது. ஒவ்வொரு ஆண்டும் ஜூலை 16ந் தேதி அன்று தீவிபத்து ஏற்பட்ட பள்ளி முன்பு குழந்தைகளின் படங்கள் பேனர்களை வைத்து கண்ணீர் அஞ்சலி செலுத்தி வருகின்றனர்.

ஆண்டுகள் ஆனாலும் குழந்தைகளின் பெற்றோர் இன்று வரை இந்தக் கொடூர சம்பவத்தை நினைத்து நெஞ்சிலும், வயிற்றிலும் அடித்துக் கொள்வது காண்போரின் கண்களைக் குளமாக்குகிறது.

"கருகிப்போன பிஞ்சுகளின் நீங்காத நினைவுகள் உதிர்ந்துவிட்ட பூக்களின் உலராத வாசனை இழந்த அப்பாக்களின் நீங்காத பொழுதுகள் இதயம் துடிக்கும் வரை மாறாது நினைப்பு. அனல் தாயின் பசியில் அன்பான பிஞ்சுகள் காயத்தை மாற்றும் காலம் கடந்தாலும் நீங்காது நினைவுகள்....

தீயில் கருகிய ரோஜாக்களுக்கு ஒரு நினைவஞ்சலி.... எனக் கூட்டத்தில் நினவஞ்சலி கவிதை வாசித்தார் கவிஞர் இளவேனில்

கும்பகோணம் பள்ளி தீ விபத்து
இரக்கமற்ற இறைவா !
இருக்கிறாயா இன்னும் இவ்வுலகில்
அரக்ககுணம் கொண்ட இறைவா
அடங்கி விட்டதா
அரும்புகளின் இரத்தத்தைக் குடித்த பசி.
ஏமாளி மக்கள் இருக்கும் வரை
ஏகபோகம் தான் உனக்கு.
வாரமிரு முறை உமக்கு பால் குளியல்,
எம் குழந்தைகளுக்கோ தீக்குளியல்.
நாளுக்கொரு பட்டாடை உமக்கு
எம் மழலைகளுக்கோ
வாழை இலையும் — ஒரு
ஓலைப் பாயும்.
நான் கொளுத்தியதோ மணம் கமழும் பத்திதான்.
நீ கொளுத்தியதோ என் அரும்பு மலர்களை.
இறுகிய மனம் படைத்த இறைவா
இறங்கிவந்து பார் வெந்துபோன என் கருகிய மலர்களை
தவமிருந்து பெற்றெடுத்த
தங்கக் கட்டிகளை
தட்டிப் பறித்த அலங்கோலம்
நீ செய்த மகா பாவம்.
நெருப்பில் எரித்த குழந்தைகள் உனக்கு
நேர்த்திக் கடனாகாது.
குழந்தைகளை எரித்த நெருப்பில்
குளிர்காயும் உனக்கு கோவில் ஒரு கேடா

எழுதியவர் : ரா. மாரிமுத்து *(25 — நவம்பர் —12)*

கும்பகோணம் பள்ளி தீ விபத்து:

குற்றவாளிகள் விடுவிப்புக்கு அதிர்ச்சி, கண்டனம்

கடந்த 2004 ஆம் ஆண்டு கும்பகோணத்தில் ஒரு பள்ளிக்கூடத்தில் ஏற்பட்ட தீ விபத்தில் 94 குழந்தைகள் உயிரிழந்த வழக்கில், குற்றவாளிகள் அனைவரையும் சென்னை உயர் நீதிமன்றம் விடுவித்ததற்கு அரசியல் கட்சிகள் கண்டனம் தெரிவித்துள்ளன.

மாநில அரசு மேல் முறையீடு செய்ய வேண்டும் என்ற கோரிக்கையும் எழுந்துள்ளது.

கும்பகோணத்தில் உள்ள ராமகிருஷ்ணா தொடக்கப் பள்ளிக்கூடத்தில் கடந்த 2004 ஆம் ஆண்டு ஏற்பட்ட தீ விபத்தில் 94 குழந்தைகள் உயிரிழந்தனர். இது தொடர்பான வழக்கில் 24 பேர் கைது செய்யப்பட்டனர். இதில் ஒருவர் 'அப்ரூவராக' மாறிவிட, வழக்கு நடந்து வந்த காலத்தில் 2 பேர் உயிரிழந்தனர். மீதமிருந்த 21 பேர் மீது வழக்கு நடந்து வந்தது.

தஞ்சாவூர் முதன்மை அமர்வு நீதிமன்றத்தில் நடந்துவந்த இந்த வழக்கில், 2014 ஆம் ஆண்டு ஜூலை 30 ஆம் தேதி தீர்ப்பு வழங்கப்பட்டது. இதில் 10 பேருக்கு சிறை தண்டனையும் 11 பேருக்கு விடுதலையும் கிடைத்தது.

"பொதுப்பள்ளிகளுக்கு மூடுவிழா நடத்தவும், தாய்மொழி வழிக் கல்விக்கு சாவுமணி அடிக்கவும், கல்வித் தந்தைகள் கண்மூடித்தனமாக மக்களைச் சுரண்டி கொள்ளையடிக்கவும் வழிவகுக்கும் இந்த தனியார் பள்ளிகளில் பெற்றோர்கள் வலிய வந்து தங்களது பிள்ளைகளை சேர்ப்பதை இந்த தீர்ப்பு எந்த விதத்திலும் குறைத்து விடாது" என்று ஏற்கனவே 2014 —ல் வெளியான தீர்ப்பின் போது வினவிற்கு அளித்த பேட்டியில் கூறினார் மூத்த கல்வியாளர் திரு. எஸ்.எஸ். ராஜகோபாலன் நாடு முழுவதும் அன்றாடம் நம் குழந்தைகளின் பேருந்து பயணத்திலிருந்து, வகுப்பறைக் கொடுமைகள், பாலியல் தொல்லைகள், கொலைகள், தற்கொலைகள் என அனைத்திற்கும் மூல முதற்காரணம் தனியார் மயக் கல்வியும், கொள்ளையுமே. இந்தத் தனியார் மயத்தை ஊக்குவித்து வளர்க்கும் அரசும், அதிகார வர்க்கமுமே முதல் குற்றவாளிகள்.

இவர்களை நீதிமன்றங்கள் ஒரு போதும் தண்டிக்காது என்பதற்கு இத்தீர்ப்பு மற்றுமொரு சான்று. மக்கள் தமது அதிகாரத்தை

எடுக்காமல் கொல்லப்பட்ட குழந்தைகளுக்கு நீதி கிடைக்காது என்பதற்கும் மற்றுமொரு நிரூபணம்!

"ஏங் கொழந்தய கொன்னுட்டீங்களடா பாவிங்களா" கோ வென கதறி அழுதபடி ஓடினார் ரமாவின் தந்தை.... அவர் கையில் ஏதோ ஓர் ஆயுதம். ஆயுதத்துக்கு பெயர் வேண்டுமா... என்ன!

2. காற்று

> சிதைந்த பாறைத்துண்டுகளின் எச்சங்களில்
> கல்லாயுதம் கண்டவன் குகையன்
> நெடிய வலிய மரக்கிளைத் துண்டுகள்
> குத்தீட்டிகளாக
> இரும்பின் அறிமுகத்தில்
> வெட்டுக்கத்தியும் வில்லும் அம்பும்
> எதிர்பாரா உரசலில் கானகம் எரிய
> தீயா விலங்கின் மாம்சம் புது ருசி
> மலைக் கிளம்பி தரைவர
> சம வெளியின் நதிப்படுகை.
> உழுகுடியானான் கால் நடைத்துணை நிற்க
> வரப்பு யர நீருயரிந்து பூச்சிகளைப் பார்த்தவன்
> கண்டு பிடித்தான் கொல்லிகளை..
> மனிதரும் மாண்டு போக
> பெயரில் என்ன இருக்கிறது
> அந்தக் காலை நல்ல காலையில்லை!

போபால் நகரமே புகை மண்டலமாகக் காட்சியளிக்கிறது என் கண்களில் எரிச்சல்...... தாள முடியாத எரிச்சல்!

கண்களைத் திறக்கவும் முடியவில்லை...

மயக்கம் வருகிறது போல ஓர் உணர்வு.....

குமட்டிக் கொண்டு வருகிறது. வாய்க்குள் ஏதோ ஓர் நச்சுப் புகை நுழைகிறது... அடிவயிற்றைப் பிரட்டிக் கொண்டு ஆங்காரச் சப்தத்துடன் அடி வயிற்றிலிருந்து பீறிட்டு வருகிறது வாந்தி.... உவ்வே...! கேடு கெட்ட நாற்றம்! தாள முடியா துர் நாற்றம்...

புரிந்து விட்டது! அந்தக் காலை போபாலுக்கு நல்ல காலையில்லை.

குறுக்கீட்டுக்கு மன்னியுங்கள் வாசகரே.... நிச்சயம் மன்னிப்பீர்கள்! ஏனென்றால் அந்தத் தூயரச் சம்பவத்தை உங்களுக்கு சொல்லப்போவது நான் தான்!

நான் பாலபாஸ்கர்! திருச்சிப் பக்கத்தில் மண்ணச்சநல்லூர்க்காரன்! அப்பா ரயில்வேயில் இருந்ததால் செங்கல்பட்டிலும், காட்பாடியிலும் பள்ளி நாட்கள்! கல்லூரிக்காலத்தில் அப்பாவுக்கு விழுப்புரம் சந்திப்புக்கு மாற்றலாகிவிட அறிஞர் அண்ணா அரசு கலைக்கல்லூரியில் வணிகவியல் மாணவன்....

ராணுவத்திலும் ரயில்வேயிலும் பணியாற்றியவர்களுக்கும் ஒரு நோய் உண்டு! வாரிசுகளில் ஒருவராவது தான் பணியாற்றிய துறையில் தனது வாரிசாகத் தொடரவேண்டும்: தேச சேவையாற்ற வேண்டும் என!

பிள்ளைகளின் விருப்பமெல்லாம் கால் தூசு! கட்டளைகளும் ஆணைகளும் மட்டுமே அப்பாவிடமிருந்து வெளிப்படும் அந்த நாட்களில்.

வேறு வழியில்லை. நானும் ரயில்வே சர்வீஸ் கமிஷன் தேர்வெழுதி உதவி ஸ்டேசன் மாஸ்டராக.... போபால் சந்திப்பில் பணிபுரிந்தேன். ஆம் இது அந்த நாளின் கொசுவர்த்தி சுழற்சி தான்....!

1984, டிசம்பர் 3ந் தேதி!

மறக்க முடியாத நாள்; நான், நீங்கள் மட்டுமல்ல — இந்த இந்திய தேசமே மறக்க வியலாத நாள் : ஏன் அமெரிக்க நாடும் கூட.....

நீங்கள் 'எப்போதும் தயார்' பேட்டரிகள் வாங்கி உபயோகித் திருப்பீர்கள் தானே! ஒரு வட்டத்தைத் தாண்டி ஒளிரும் கண்களோடு பூனையின் முகம் கொண்ட விளம்பரத்துடன் கூடியது அந்த பேட்டரி...

அமெரிக்கத் தேசத்தின் யூனியன் கார்ஃபைடு நிறுவனத் தயாரிப்பு அந்த பேட்டரி செல்கள்! டார்ச்களில் பயன்படுத்துகையில் நன்றாக எரியும் என்பார்கள்....!

இப்போதும் நன்றாக எரிந்தது...!

என் கண்கள் எரிந்தன.... வயிறு எரிந்தது, நாசி எரிந்தது. சுவாசிக்க முடியவில்லை... மூச்சுத் திணறல்... நன்றாகவே எரிந்தது! நகரம் முழுக்க எரிந்தது!

போபால் நகரத்தின் வெளிச்சுற்றில் உள்ள யூனியன் கார்பைடு நிறுவனத்தில் இருந்து அந்த விடியலில் 'மைத்தில் ஐசோசயனேட் என்ற வேதியியல் வாயு வெளியேறியது.

எப்படி நிகழ்ந்தது? யார் காரணம் என்ற கேள்விக்கெல்லாம் பதில் சொல்ல ஆட்களில்லை.

தொழிற்சாலைக்குள் மயங்கி கிடந்தவரையோ மரணித்துக் கிடந்தவரையோ கேட்க இயலுமா...

நகரெங்கும் பீதியின் குரல்கள்...! மரண ஓலம்! அச்சப்பரவல் !

பார்ப்பதற்கு விழிகள் இல்லை... கேட்பதற்கு செவிகள் இல்லை. விசாரிக்க மனிதரில்லா அவலம். சாத்துயரின் பேரொலி போபால் நகரத்தின் எட்டு திசைகளில் இருந்தும் கேட்கிறது.

சுகமான குளிர் வீசும் இளங்காலையோடு தான் விடிந்தது. அந்த நாள் 1984 டிசம்பர் 3 ந் தேதி! போபால் ரயில் நிலைய சந்திப்பு வழக்கம் போல நாளைத் தொடங்கித் தனிக்கிறது.

'ச்சாயே... காப்பே' கரம்ச்சாயே குரல்கள் தயாராகின்றன!

நடைமேடைகளில், ரயில் நிலைய வராண்டாக்களில் கிடைத்தவற்றை போர்த்தியபடி சுருண்டு படுத்திக்கிறார்கள்! அவர்களுக்குப் பெயரில்லை... அவர்கள் அறியவும் மாட்டார்கள் ...இன்னும் சில நிமிடங்களில் தாம் செத்து மடியப் போகிறோமென!

நான் என் முதல் தேநீரை அருந்துகிறேன்! துளித்துளியாய் ரசித்துருசித்து சுவைக்கிறேன்! மிடறுகளில் நிறம்! மணம் ! திடம்!

ரயில்நிலையக் கட்டுப்பாட்டு அலுவலகத்தில் நள்ளிரவு முதல் கால வரையிலான ஷிப்ட்டின் பணியாளர் சுறுசுறுப்பாக தத்தம் கடமையில் மூழ்கியிருக்கின்றனர். பழைய பாக்கி மிச்சவேலைகளை முடிப்பதிலும், இன்றைக்கான அலுவல்களைக் திட்டமிடுவதிலும் தமது பதவி, பொறுப்புகளுக்கு ஏற்ப கட்டளைகள்! 'சரி அய்யா'—க்கள்... எனக் கரைகிறது காலை.

போபால், மத்தியப் பிரதேச மாநிலத்திலுள்ள முக்கியமான தொரு ரயில்வே சந்திப்பு! போபாலுக்கு வடக்கே இடார்சி நகரம், தெற்கே பம்பாய்க்கானப் பாதை : மேற்கே சூரத் அகமதாபாத் என்று குஜராத் வழிகள் : கிழக்கே நாக்பூர் என 24 மணிநேரமும் ஓய்வறியா நிலையம் : எப்போதும் கூட்டம், எந்த நேரமும் பயணிகள், திசைக்கொன்றாகப் பிரியும் எக்ஸ்பிரஸ் ரயில்கள்.. கூடவே கூட்ஸ் வண்டிகள்!

கட்டுப்பாட்டுப் பலகையின் வண்ண விளக்குகளுக்கு ஓய்வே இல்லை; நிலையத்தின் நடைமேடைகளில் கேட்கும் மொழிகளில் ‘ஹமாரா பாரத்தேஷ்!

நினைவில் கொள்ளுங்கள் வாசகரே! இன்றைய தினங்களைப் போல செயற்கை கண்ணாடி இழைநார்த் தொகுப்போ, எஸ்.டி.டி. தொலைபேசி வசதிகளோ இல்லாத 1984!

ரயில்வே தொடர்புக்கு தந்திக் கம்பிகள் தான் ஒரே வழி! ஆனால் என்ன செய்ய....! போபால் ரயில் நிலையத்துடனான தொடர்பு அறுந்தன!

ஜான்சி, இடார்சி நிலையங்களிலிருந்து போபாலைத் தொடர்பு கொள்ள இயலவில்லை. ஆண்டுகள் நூறைக் கடந்து வெற்றி நடைபோடும் மோர்ஸ் கருவிகளும் மோன நிலையில் உறைந்தன. ‘கட்...கட்... கடா.கட்’ எனும் தந்தி மொழிக்கும் கதவு திறக்கவில்லை. ஒலிகள் ஊமையாயின!

எனது பணியிடமான போபால் சந்திப்பிலிருந்து எந்த ரயிலும் வெளியேறவில்லை; வேறு ரயில்கள் உள்ளே வர வாய்ப்பில்லை. புதிதாக ரயில்கள் நுழைய முடியாத படிக்கு வழியெங்கும் தண்டாவளங்களில் போபால் ஜனங்கள் மயங்கி, மயங்கி விழுகிறார்கள், மரணத்தை தழுவுகிறார்கள்!

வேகமாய் நடக்க ஏதுவானவர்களும், ஓட முடியாதவர்களும் உயிர்ப்பிழைத்தால் போதுமென உறவுகளைக் கை விட்டு... உடைமைகளை எறிந்துவிட்டு கிடைத்த வாகனத்தில் பீதியுடன் வெளியேறுகிறார்கள் கூட்டங்கூட்டமாக!

உயிர் பயத்துக்கு முன் எதுவும் முக்கியமில்லை! என் பிரியத்துக்கினிய போபால் ரயில் நிலையம் உறைந்து போய்க்

கடந்தது! எங்கு பார்த்தாலும் கூக்குரல்கள்... சாக்குரல்கள் ; மரண ஓலங்கள்!

அடுத்த ஷிப்ட் பணியாளர்கள் வேலைக்கு வந்ததே ஆச்சர்யம்! அப்படி வந்தவர்கள் கண்ட காட்சி மிகப்பெரிய அச்சுறுத்தல், பயப்புகை!

முந்தைய ஷிப்ட் ஊழியர்கள் தங்கள் இருக்கைகளில் இருந்தவாறே இறந்து கிடந்தார்கள்; பச்சை விளக்குக்காக காத்திருந்த என்ஜின் ஓட்டுநர்கள், உதவியாளர்கள் வெறித்த விழிகளுடன் செத்துப் போயிருந்தனர். பயணச்சீட்டுகள் அடுக்கப்பட்ட பெட்டிகள் மற்றும் பணப்பெட்டிகள் திறந்திருந்தன! கள்வம் செய்யவும் எவருமில்லை!

விஷவாயுக்கு மனித பேதமில்லை! கடை நிலை சிப்பந்தி தொடங்கி தலைமை அதிகாரி வரை ஒரே நீதி! மரணம்!

யூனியன் கார்பைடு நிறுவனம் தயாரித்ததென்னவோ பூச்சிக்கொல்லி மருந்துதான்; ஆனால் அன்றைய தினம் செத்துப் போனவர்கள் வெறும் பூச்சிகள் அல்லவே!

இருமல், கண் எரிச்சல், மூக்கடைப்பு, உணவுக்குழாயில் எரிச்சல், சுவாசிக்க இயலாமை, வயிற்றில் எரிச்சல், வாந்தி, குமட்டல் எனக் குறுகிய விளைவுகளைத் தந்த மெத்தல் ஐசோசயனைட் வாயுக்கு, குழந்தைகள், முதியோர் .... ஆண், பெண் பேதமில்லை அன்றொரு நாளில் மட்டும் செத்து வீழ்ந்தவர் எண்ணிக்கை 25000க்கும் மேலிருக்கும், இன்னும் எத்தனைப் பேரை காவு வாங்குமோ அந்த விஷ வாயு விரியன்!

நரம்பு தொடர்பான வியாதிகள், பெயர்களுக்குள் சிறைபடாத புற்றுநோய்கள், மனப்பிறழ்வுகள், எதிர்ப்பு சக்தி குறைவான என் நண்பர்கள் பலருக்கு மட்டுமல்ல.. தப்பிப் பிழைத்தவருக்கு ஆயுள் தண்டனையாக விஷவாயு தந்த பரிசு....

சற்றேக்குறைய இரண்டு லட்சம் மக்களை இந்த விஷவாயு தாக்கியதாக பின்னாட்களில் செய்தி அறிந்தேன். ஆமாம் விஷவாயுத் தாக்கி விழிகளில் பார்வை பறிபோனதில் பார்க்க ஏலாது, கேட்கத்தான் முடியும். உயிர் பிழைத்ததனால்...

இதையெல்லாம் உங்களுக்குச் சொல்ல முடிந்தது.. வாசகரே... உங்களிடம் ரெண்டு கேள்விகள் கேட்கிறேன்.. பதில் தேடி சொல்வீர்களா ...

1. போபால் விஷ வாயு நிகழ்வில் பாதிக்கப்பட்டவர்களுக் கெல்லாம் நீதி கிடைத்ததாமே.... அது.. என்று.. எப்போது... யார் மூலம்.. யார் யாருக்கெல்லாம் கிடைத்தது...... சொல்வீர்களா.?

2. இந்த நிகழ்வின் கோரத்துயரம் புரிந்த பின்னும், அந்த அமெரிக்க நிறுவனத்தின் தயாரிப்புகளை வாங்கிப் பயன்படுத்தும் நுகர்வோர்களைக் குறித்த உங்கள் கருத்து என்ன...

3. நிலம்

> 'VT— யிலிருந்து
> விரைந்து பறக்கும்
> மனிதரைப் பார்த்து
> நகைத்து
> நடந்து போகும்
> பம்பாய்ப் புறாக்கள்
> — கல்கி. பம்பாய் சிறப்பிதழ் 1995.

1995ம் வருடம் செப்டம்பர் மாதத்தின் மத்ய வாரம்.....

தமிழகத்தின் குட்டியோண்டு கிளையில் இருந்து பம்பாய்க்கு பணி மாறுதல் .... பதவி உயர்வில்...

சென்னை சென்ட்ரலில் எங்கள் அறுவர் அணி ஒன்றிணைந்த காலை....

நான் என்கிற ஆதவன்,

திருச்சியில் இருந்து வந்த சுரேஷ்

ஆற்காடு கணேசன்

பெரம்பலூர் ஸ்ரீதர்

சென்னையின் மதுசூதனன் — இவர்களுக்கெல்லாம் வழிகாட்டியாக ஜெகந்நாதன்.

ஜெகந்நாதன்.... மதுரை யம்பதியைச் சேர்ந்தவர்.. தன் குரலால் தமிழ்நாட்டையே வசப்படுத்தி வைத்திருந்த ட்டி.எம் சவுந்தர்ராஜன் — பிறந்த சவுராஷ்ட்ரா சமூகத்தை சார்ந்தவர். பம்பாயில் இதற்கு முன் கிளெர்க்காக பணி புரிந்த அனுபவசாலி. டோம்பிவில்லியில் அவருக்கு ஒரு வீடு காலியாக இருந்தததால் உடனடியாய்த் தங்குதலில் சிரமமுமில்லை... எனில் ஜரூராய்ப் புறப்பட்டது எங்களது தாதர் எக்ஸ்பிரஸ்....

சரியாக 24 மணி நேரப்பயணம்..... கல்யாண் சந்திப்பில் புலர்ந்தது எங்கள் காலை.

“எறங்கிடலாம்மா.. இங்க இருந்து லோக்கல் பிடிச்சு டோம்பி வில்லி—க்கு ஜக்குபாய் குரல் வாஞ்சையுடன் எழுப்பியது. ஒரு பகல் ஒரு ராத்திரியில் ஜகன்நாதன் சார் ஜக்குபாய் ஆகிவிட்டார். சரளமாக எங்களுக்குள் ‘அடா.. புடா...’ அந்நியோன்யம்.

டோம்பி வில்லி மேற்கில் இருந்தது ஜக்குபாயின் வீடு ! ஒன்ரூம் கிச்சன்...! என்றால் ஒரு படுக்கையறை, ஒரு ஹால், ஒரு சமையலறை.

அறுவரும் குளித்துக் கிளம்பி ஷெட்டி ஓட்டலில் ‘சாம்பார் இட்லி’யை ரசித்து ருசித்து.... எங்களின் மண்டல அலுவலகத்துக்கு கிளம்பினோம்.

இந்தியாவின் முதன்மை வணிகவங்கிகளில் ஒன்றில் நேற்றுவரை ஊழியர்களாக இருந்த நாங்கள் இன்று முதல் அலுவலர்களாக பதவியேற்கப் போகிறோம். BANK OFFICERS... ! ம்ம்ம்

“ஹ ! பம்பாய் ஹமாரா.....”

“அம்ச்சி பம்பையி”

ஒரு மாபெரும் வணிக மாநகரத்தில், இந்தியாவின் இரண்டாம் தலைநகரத்தில், மகாஜனக் கடலில் நாங்களும் சிறு துளியாய் கலந்த நாளது.

எந்த நிலையம் என்று தெரியவில்லை.. இந்தி... மராத்தி போர்டுகள்..

ஒரு இளம் பெண் அநேகமாய் கல்லூரி செல்பவளாய் இருக்கக் கூடும்... ! வேகமாய் ஓடி வந்து ரயிலைப் பிடிக்க எத்தனித்தவள்..

சேலைத் தடுக்கி கீழே விழுந்தாள்.... யாராவது அவளைத் தூக்கி காப்பாற்றுவார்கள் என்று தானே நினைப்பீர்கள்.. ஆனால் விழுந்தவள் குறித்த எவ்வித ப்ரக்ஞையுமின்றி.. அவளை மிதித்துக்கொண்டு ரயிலிலுள் புகுந்தது.

பம்பாய் பயணியர்க் கூட்டம்... புரிந்தது முதல் நாளே ....

பம்பாய் என்பது கூட்டம்!

பம்பாய் என்பது வேகம்...!

பம்பாய் என்றால் பரபரப்பு

மும்ப்ரா... தானே, முலுண்ட், காட்கோபர்.. குர்லா, மாதுங்கா, தாதர், எனபல நிலையங்கள் பல கடந்து எங்கள் மின் ரயில் 'VT —யில் நின்றது.

இந்த VT விக்டோரியா டெர்மினஸ் பற்றித்தான் உங்களுக்கு சொல்லப் போகிறேன் வாசகர் திலகங்களே.... அதற்குள் எங்கள் வங்கி வேலையை முடிக்கணுமே...

“ரெண்டு டாக்சி எடுத்துக்கலாம்மா.... ஸ்ரீதர்... நீங்க கணேசன், ஆதவன் ஒண்ணு, நானு, மது, சுரேஷ் இன்னொன்னு... சரியா.... ஷேர் மார்க்கெட் பில்டிங்னு சொல்லுங்க.....”

கிளம்பியது டாக்சி!

'VT —ஐ விட்டு வெளியில் வந்தது மே தூரத்தில் உயரமாய் ஷேர் மார்க்கெட் பில்டிங் STOCK EXCHANGE BUILDING தெரிந்தது. ஊர்ந்தது டாக்சி.

நெரிசல் மிக்க கடை வீதிகள் குடியிருப்புகள் பிரதான சாலை எல்லாம் கடந்து இறங்க வேண்டிய இடத்தில் நின்றது.

'பட்டிக்காட்டான் முட்டாய்க்கடைப் பார்த்த மாதிரி' என்பார்களே, அதே போல நானும் கணேஷும் 'பே' என ஓங்கி உலகளந்த கல் கட்டடங்களை பிரமிப்புடன் வேடிக்கை பார்த்துக் கொண்டு வந்தோம்.

DALAL STREET

இந்தியாவின் சிலருக்கு சுகத்தையும் பலருக்கு துக்கத்தையும் நிர்ணயிக்கும் பங்குவர்த்தகக் கட்டடம் வாசலில் காளையும் கரடியும் சிலையாக..

"இங்கதாம்மா... 19 வது மாடில நம்ம ஜோனல் ஆபிஸ்.. போகலாமா...

19ம் தளத்துக்குரிய மின் தூக்கியில் பயணித்து எங்கள் சோனல் ஆபிசை — அடைந்த போது விதி சிரித்தது. இல்லையில்லை முழு முதல் கடவுளென வணங்கப்படும் பிள்ளையார் எங்களைப் பார்த்து மாயப் புன்னகைப் புரிந்தார்.

"அரே — ஆஜ்கியா உவா.. மாலும்மே..."

"பத்தாவ் பாய்சாப்"

"ஆஜ்... அதிசய் தின் ஹை.... ஹமாரா கண்பத் பப்பா ஆஜ் தூத்பியா.."

பம்பாயின் கணபதி சிலைகள் யாவும் அன்று பால் பருகியதாக ஒரு புரளி கிளம்பி.... அது நம்பிக்கையாகி பம்பாய் மாநகரமே அல்லோகப்பட்ட நாளது.

"ஜெகன்பாய்.... தும் கல் ஆவ்னா.... சப்கோ போல்.. லெக்கியாவ் கல்"

'நாளைக்கு வாங்கடா' — என அன்போடு தேசிய மொழியில் விரட்டி விடப்பட்டோம்.

"சரிம்மா... வீட்டுக்கு போய் ரெஸ்ட் எடுத்துட்டு நாளைக்கு வர்லாம்மா... VT — க்கு நடந்தே போயிடலாமா..."

மந்தை ஆடுகளின் ஒரே பதில் "சரிங்க ஜக்குபாய்" தூரத்தில் தெரிந்தது. VT எனும் பிரம்மாண்டம்!

ஜக்குபாய் சொன்னதின் சாரம் தான் இனி நான் சொல்லப் போவது....

— இங்கிலாந்து விக்டோரியா மகாராணி அம்மையாரின் பொன்விழா கொண்டாட்டம் கோலாகலமாக கொண்டாடப் பட்டது. அதன் ஒரு பகுதியாக இந்த ரயில்வே ஸ்டேஷன் கட்டடப்பட்டது.

— இன்னமும் டீட்டெய்லா சொல்லுங்க ஜக்குபாய் — என்றான் சுரேஷ்

— தி கிரேட் இந்தியன் பெனின்சுலார் ரயில்வே கம்பெனியால் விக்டோரியா டெர்மினஸ் கட்டுமானம் 1878ம் வருஷம் தொடங்குனாங்கம்மா — கட்டி முடிக்கவே பத்து வருஷமாச்சு.

—பம்பாய் ஊரை நம்ம நாட்டோட வர்த்தக தலைநகரம்னு சொல்லு வாங்க. இந்தப் பம்பாய்க்கு 'கோதிக்நகரம்' ன்ற முகவரியை அங்கீகாரத்தை கொடுத்தது... இந்த விக்டோரியா டெர்மினஸ் தான்.

அலெக்ஸ் ஹெய்க்.... போட்ட வரைபடத்துக் கனவை... கட்டடமாய் அழகாக்கிக் கொடுத்தவர் ஸ்டீரவின்ஸ்.

இன்னைக்கு இது மத்திய ரயில்வே மண்டலத்தோட தலைமை அலுவலகமாக செயல்படுகிற —ல 14 பிளாட் பார்மஸ்....

"ஆனா... இங்க இருக்கிர கடைங்கல்லாம் "போரி பந்தர்" ன்னு பேர் போட்டிருக்கே" — ஸ்ரீதர்

"ஓ அதுவா.. இந்த VT — ஏரியா இருக்குற எடத்தோட பேரு போரி பந்தர்... போரி —ன்னா சாக்கு மூட்டை.... நம்மூர் கோணி!... பந்தர் —ன்னா துறைமுகம். சரக்குங்க நெறஞ்ச சாக்கு மூட்டைங்க இருப்பு...

—ஆனா ஜக்குபாய்.. இந்த பில்டிங் ஸ்டைலு புது மாதிரியா இருக்கே.. நம்ம இன்டியன் ஸ்டைடல் இல்லியே.

—சரியா சொன்னம்மா.. மது... — ஜக்குபாய்க்கு எல்லோருமே வாம்மா.. போம்மா தான்!

இந்த — பில்டிங் இருக்கே.. இந்திய பராம்பரிய கட்டுமானமும் விக்டோரியன் கோதிக் ரிவைவெல் கட்டுமானப் பணியுடன் சேர்ந்து செஞ்ச கலவைன்னு சொல்லலாம்!!

மணல், கல்... சுண்ணாம்புக் கல்லு சேர்த்து கட்டினாலும் உள்ளழகு இத்தாலி மார்பிள் கற்கள்... சூப்பர்ல!

ஒட்டு மொத்தமா இந்த கட்டுமானத்தோடு சென்டர் கோபுரத்தைப் பாருங்கம்மா.... எண் கோண வடிவ விதானமா இருக்கிற மைய மண்டபம்.

"அந்த உச்சில ஒரு பெண் சிற்பம்" அது என்ன ஜக்குபாய்.... — ஆதவன் குரலில் ஓர் கேள்வி.

"அந்தப் பெண் சிற்பம்வளர்ச்சி முன்னேற்றம்' ண்ணு சொல்லறதோட குறியீடு.

அந்தப் பெண்மணியோட இடது கரத்தில் ஆரச்சக்கரத்தை வச்சிருக்காளா வலது கையிலப் பாருங்க வானத்தை நோக்கி விளக்கு ஒன்னை வச்சிருக்கா.

அந்தத் தூண்ல ஏன் சிங்கம் புலி சிலைங்க.. — கணேஷ் கேள்வியும் நுழைவாயில் தூண்களை நோக்கி இருந்தது.

"ப்பா.. கணேஷ் நுணுக்கமா பாக்குறீங்கமா. கேக்குறீங்கமா..' 'சிங்கம்' சிலை கிரேட் பிரிட்டனுக்கான குறியீடு ...புலி—ன்றது இந்தியாவுக்கான குறியீடு.. போதுமா கேள்வியின் நாயகர்களா..."

—அவர்களுக்கு அன்று 1995ல் தெரியாது பின்னாளில் இதே விக்டோரியா டெர்மினஸில் ஒரு அசம்பாவித சம்பவம் செய்திகளில் அடிபடப் போகிறதென...

இது.. 2008.. இப்போது இது மும்பை. அவர்கள் அப்போது தான் இந்தியாவினுள் நுழைந்திருந்தனர். அவர்களின் குறிக்கோள் மும்பையின் அமைதியை நிரந்தரமாகத் தகர்ப்பதே. எட்டு இடத்தை குறிவைத்து தாக்கினர். சத்ரபதி சிவாஜி ரயில் நிலையம், ஓபராய் ஓட்டல், தாஜ் பேலஸ், லியோ போல்ட் கபே, காமா மருத்துவமனை, நரிமான் இல்லம், யூதர்கள் சமூக அமைப்பு இருந்த இடம், மெட்ரோ சினிமா, டைம்ஸ் ஆப் இந்தியா பத்திரிக்கை நிலையம் அருகே மற்றும் செயின்ட் சேவியர் கல்லூரி ஆகிய இடங்களைத் தாக்கினர். மேலும் மும்பை துறைமுகப் பகுதியான மசகான் (அங்கு தான் நமது கப்பல் கட்டும் தளம் உள்ளது) மற்றும் விலே பார்லே அருகே ஒரு டாக்சியிலும் குண்டு வெடிப்பு நிகழ்ந்தது.

மும்பை தீவிரவாதத்தின் கோர முகத்தை அன்று கண்டது. துயரத்தில் மிதந்தது

இந்தியாவின் பொருளாதார நகரத்தின் மீது விழுந்த அடி என்பதால் உலகமே உற்று நோக்கியது. பங்கு சந்தைக் குறியீடு பாதாளம் சென்றது.. ஊடக சக்கரங்களுக்கோ ஓய்வேயில்லை..

மும்பை வாசிகளுக்கு, அவர்கள் மீது யாரோ போர் தொடுத்த உணர்வு.

அவர்களின் மொத்த பாதுகாப்பு உணர்வும் தகர்ந்திருந்தது.

இந்தியாவே சிறிது நேரம் செயல்படா திருந்த உணர்வு.

செய்திகளில் ஒவ்வொரு இடத்திலும் குண்டு வெடிப்பு, துப்பாக்கிச் சூடு கூக்குரல் அலறல்.

இந்தியாவின் மொத்த வெறுப்பும் பக்கத்து தேசம் மீதே இருந்தது ...காரணம் இதற்கு அவர்கள் தான் காரணமாக இருக்க வேண்டும் என மக்களுக்கு சொல்லப்பட்டது. திரும்பத் திரும்ப மனதில் பதிய வைக்கப்பட்டது.

யார் அவர்கள்?

எங்கிருந்து வந்தனர்?

எவ்வாறு வந்தனர்?

இந்தியாவிற்குள் எப்படி நுழைந்தனர்...? என்ற கேள்விகள் அப்போது எழத் தொடங்கி பரவியது.... இந்திய செய்தி நிறுவனங்கள் தீவிரவாதிகள் முகங்களை நேரடியாவே ஒளி பரப்பின. இது இந்தியர்களுக்கு புதுமையாக இருந்தது. மேலும் வீரர்களின் வீரமரணம் குறித்த செய்திகளும் அவர்கள் மனத்தை வாட்டியிருந்தது. இந்தியர்கள் அனைவரும் ஒரு சேர கோபத்தின் உச்சியில் இருந்தனர். இந்தியா கடல் எல்லைப் பாதுகாப்பு அவ்வளவு மோசமானதாக உள்ளதா? இவ்வளவு பெரிய படைகள் இருந்தும் இது எப்படி நடந்தது. இந்த தீவிரவாதிகளை கொல்ல மூன்று நாட்களா? என்னதான் நடக்கிறது நாட்டில் என ஒவ்வொரு இந்தியனும் கேள்வி கேட்டதில் அர்த்தம் இருந்தது.

மும்பையில் குண்டு வெடிப்பு என்பது அரிதான விசயம் அல்ல. ஆகஸ்டு 2003ல் தெற்கு மும்பை பகுதியில் இரண்டு குண்டுகள் மும்பை கேட் பகுதியில் வெடித்ததில் 44 பேர் கொல்லப்பட்டனர். *150 பேர் காய மடைந்தனர்.*

ஜூலை 2006ல் சபர்பன் ரயில் நிலையம் அருகே 11 நிமிடத்திற்குள் ஏழு குண்டுகள் வெடித்ததில் 209 பேர் கொல்லப்பட்டனர். அதில்

22 பேர் வெளிநாட்டவர். 700 பேர் காயமடைந்தனர்..

2008 தாக்குதலில் ஈடுபட்டவர்கள் எப்படி... நுழைந்தனர்.. நமது பாதுகாப்புப் படைகள் எங்கே.. இத்தனை களேபரத்திலும்... மக்கள் மனதில்.. கேள்விகள்.. கேள்விகள்..

மும்பை 2008 தாக்குதலை அரங்கேற்ற இளைஞர்கள் தீவிரவாதக் குழுக்களால் தேர்ந்தெடுக்கப்பட்டனர்.

24 முதல் 26 பேர் தேர்ந்தெடுக்கப்பட்டு பக்கத்து தேசத்தில் உள்ள தனித்த மலையில் இருந்த கடற்படை வீரர்கள் போர்ப் பயிற்சி பெரும் இடத்தில் பயிற்றுவிக்கப் பட்டனர் எனக் கண்ணால் பார்த்த மாதியே ஊடக நரிகள் ஊளையிட்டன தேர்ந்தெடுக்கப்பட்டவர்களில், 10பேர் மட்டும் மும்பை தாக்குதலுக்கு தேர்ந்தெடுக்கப்பட்டனர். நீச்சல் பயிற்சி, படகோட்டும் பயிற்சி போராளிக் குழுக்களின் கமாண்டர்களின் மேற்பார்வையில் நவீன ஆயுதங்களைக் கையாள்வது போன்ற பயிற்சிகளை பெற்றனர். 26 நவம்பர் மணி இரவு 8 சரியாக இதே நேரம். பத்து பேர் ஒரு சிறிய அதிவேகப் படகு வழியாக மகாராஷ்டிராவின் கொலாபா கடலோரப் பிரதேசத்தில் இரு குழுக்களாக வந்திறங்கினர்.

சில தகவலின் படி, உள்ளூர் மீனவர்கள் அவர்களை தடுத்து நீங்கள் யார் என கேட்டனர் அதற்கு தீவிரவாதிகள் உங்கள் வேலையை மட்டும் பாருங்கள் என கூறியுள்ளனர். தகவல் காவல்துறைக்கு அடுத்தடுத்து சென்றடைய ஆனால் காவல் துறை உதவியற்று இருந்துள்ளது. வந்த தீவிரவாதிகள் தாமதிக்கவில்லை. இரு குழுக்களாகப் பிரிந்து தாக்குதலைத் தொடங்கினர்.

அன்றைக்கு விக்டோரியா டெர்மினஸாக இருந்த இடம் தான் இன்று சத்ரபதி சிவராஜ் மகாராஜ் டெர்மினஸ் ...

சத்ரபதி சிவாஜி நிலையம் இரண்டு தீவிரவாதிகளால் தாக்கப்பட்டது. சரியாக இரவு 9:30 தாக்குதல் தொடங்கியது.

பயணிகள் அறைக்குள் நுழைந்தவர்கள் ஏகே—47 துப்பாக்கியின் உதவியுடன் கண்ணை மூடி சுடத் தொடங்கினர். 58 பேர் கனநேரத்தில் உயிரிழந்தனர். 104 பேர் படுகாயம் அடைந்தனர்.

அன்பாதவன்

இரவு சரியாக 10:45 மணிக்கு தாக்குதலை முடித்தனர். பாதுகாப்புப் படைகளும், அவரச நிலைப் படைகளும் அப்போது தான் வந்து சேர்ந்திருந்தன. ரயில்வே அறிவிப்பாளர் விஷ்னு டாடராம் அவர்களின் சீறிய அறிவிப்பால் பல பயணிகள் நிலையத்தை விட்டு உடனே வெளியேற்றியது பல உயிர்களை காப்பாற்றியது. அங்கிருந்து வெளியேறிய தீவிரவாதிகள் பாதசாரிகளையும், தெருக்களில் நின்ற காவலர்களையும் சுடத் தொடங்கினர். இதில் 8 காவலர்கள் வீரமரணம் அடைந்தனர். தீவிரவாதிகள் காவல் நிலையத்தை கடந்து சென்றனர். தாங்கள் தீவிரவாதிகளை விட குறைவான பலத்தில் உள்ள காரணத்தால் காவல் நிலையத்தில் இருந்தவர்கள் விளக்குகளை அனைத்து, கதவைப் பூட்டியிருந்தனர்.

தீவிரவாதிகள் காமா மருத்துவமனையை நோக்கி சென்றனர். நோயாளிகளைக் கொல்வது தான் அடுத்த இலக்கு. விசயமறிந்த மருத்துவமனை ஊழியர்கள் அனைத்து வார்டு கதவுகளையும் பூட்டினர். அதே நேரத்தில் மும்பை தீவிரவாதி எதிர்ப்பு படை ஒன்றுடன் அதன் தலைமை காவல்துறை சீப் ஹேமந்த் கர்கரே அவர்கள் சிவாஜி நிலையத்தை பாதுகாப்பாக்கி விட்டு தீவிரவாதிகளை வீழ்த்தும் நோக்கில் அவர்களை எதிர்கொள்ள தயாரானார்

26 நவம்பர் 2008 அன்று, இரவு 9.45 மணி அளவில் இரவு உணவு அருந்திக் கொண்டிருந்த வேளையில் தான் அவருக்கு அழைப்பு வந்தது. சிறிது நிமிடம் தொலைக்காட்சியை இயக்கிப் பார்த்த போது நிலைமையின் தீவிரம் உணர்ந்து தனது உயிர்காக்கும் உடைகளை அணிந்து தனது தீவிரவாத எதிர்ப்பு வீரர்கள் குழுவுடன் சத்ரபதி இரயில் நிலையம் அடைந்தார். ஆனால் அப்போது தான் தீவிரவாதிகள் தாக்குதலை முடித்து வெளியேறியிருந்தனர். எங்கும் அழும் ஓலங்கள். தீவிரவாதிகள் காமா மருத்துவமனையை நோக்கிச் சென்ற தகவல் கிடைத்து பின் தொடர்ந்து சென்றது அவரது குழு.

இரவு நேரம் ஆபரேசன் நடத்த கடினமானது. வந்தவர்கள் தற்கொலைப் படைத் தீவிரவாதிகள் மற்றும் நன்கு ஆயுதம் தரித்து எதற்கும் தயாராகவே வந்திருந்தனர்.

காவலர்கள் சென்று கொண்டிருந்தனர். கொஞ்ச தூரத்தில் ஒரு ஏடிஎம் அருகே நின்ற சிவப்புக் காரை பார்த்த பொழுது

அங்கிருந்து தீவிரவாதிகள் தப்பியோடுவதைக் கண்டனர். மும்பை காவல் துறை ஏசிபி அசோக் கம்டே மற்றும் சலஸ்கார் இருவரும் தீவிரவாதிகளை நோக்கி சுட்டனர். அது ஒரு தீவிரவாதியின் கையில் பதிந்தது. அவனது ஏகே துப்பாக்கி கீழே விழுந்தது. வண்டியில் இருந்து கீழே இறங்கும் வேளையில் இரண்டாவது தீவிரவாதி காவலர்களை நோக்கி சுட்டான். அதில் துணை ஆய்வாளர் ஜாதவ் தவிர மற்ற அனைவரும் வீரமரணம் அடைந்தனர். காரை நோக்கி வந்த தீவிரவாதிகள் அதிகாரிகளை மீண்டும் சுட்டு விட்டு அவர்களின் காரை எடுத்து விட்டு கிளம்பினர். படுகாயம் அடைந்த ஜாதவ் ரேடியோவில் தலைமையகத்திற்கு தகவல் அனுப்பினார்.

அப்பாவி பொது ஜனங்கள்.. தீவிரவாதத்தின் பெயரால் கொல்லப்பட்ட மாபாதகம்.. மறக்க வியலாதது..

ஆனால் என்ன? மும்பை நம்பிக்கையின் தாய்மடி... காயங்கள் ஆறியும் வடுக்களை மறக்காத வாழ்வு!

4. நீர்

"சிங்காரப் பெருந்தலை நகர் பிதுங்கி வழியப்
பிறக்கிறது ஸ்மார்ட் சிட்டி
விரிந்து படர்ந்த பசிய விளை நிலங்களுக்கு
உயிர்ப் பாலூட்டிய திரவ தனங்களின்
வேரில் செருகி நிற்கும்
விளம்பரப் பெரும் பலகைகள் சாய்ந்து கிடக்க
இன்னமும் கோபமாய்க் காற்று.
ஊற்றுக் கண்கள் அடைத்த
அடுக்குமாடி ஆரண்யங்களைப்
புரட்டிக்கிடாசியப் பெரும்புயல்
தேங்குவதெங்கே தெரியாப் புதிரில்
திரண்ட நீர்க் கூட்டம்
வாகாய் நுழையும் வாசல் திறப்புக்குள்
நீராலனதோ நகரம்...

மகா மழை வருகையைச் சொன்ன
சூசகத்தும்பிகள் இருள் பூசிய விளக்குகளுள்
கூடடைந்து ... கழிவும் மழையும் கலந்த வீதியில்
களித்து நீந்தும் பேரானந்த
நீர் நாக இணை”

வணக்கம் தோழர் புகழேந்தி..! தங்கள் ஓவியப்பணிகள் செம்மையாக நடைபெறும் என நம்புகிறோம்.. சமீபத்தில் 2015 இறுதியில் சென்னையைத் தாக்கிய பெரும் பேரிடராக சென்னை வெள்ளம்.. வெகு மக்களை மிரட்டிய அந்த கொடுந்துயர் குறித்து தங்களுடன் உரையாட விழைகிறோம்.. தங்களின் மேலான நேரத்தை எங்களுடன் செலவிட எம் வினாக்களுக்கு விடைதர வேண்டுகிறோம்..

* என்னைப் போன்ற கலைஞர்களிடம் கேள்விகளா... ஆச்சர்யமாக இருக்கிறது... என்னை இந்தக் கேள்விகளுக்காக தேர்ந்தெடுந்திருப்பது.. கேளுங்கள் என் சிற்றறிவுக்கு எட்டியவரை பதில் சொல்கிறேன்.

... தங்கள் அவையடக்கம் உங்கள் பக்குவத்தை காட்டுகிறது... இந்த 2015 இயற்கை பேரிடரை எப்படி நோக்குகிறீர்கள்.

* இது இயற்கைப் பேரிடர் அல்ல. மனிதர்களால் ஏற்பட்ட பேரழிவு. மனிதனின் மிதமிஞ்சிய தன்னலமும், பேராசையும், இயற்கை பற்றிய புரிதல் அற்று அதை அழிக்க முனைந்ததும், சுற்றுச் சூழல் குறித்த விழிப்புணர்வு இல்லாமையும் இந்தப் பேரிடருக்கு அடிப்படைக் காரணம் என்பதே என் கருத்து.

சற்றே விளக்க இயலுமா...?

* இயற்கை தான் மனிதனை உருவாக்கியது. மனிதன் இயற்கையை உருவாக்க முடியாது. இயற்கையை மனிதன் வெல்ல நினைத்தாலும். இயற்கையிடம் மனிதன் தோற்றுக்கொண்டே இருக்கிறான். இயற்கையோடு மனிதன் இணைந்து இயைந்து வாழ்ந்தவரை இயற்கையால் மனிதனுக்கு எந்தச் சிக்கலும் இல்லை. மனிதன் இயற்கையை சீண்டும் போது தாங்கிக்கொள்கிறது. அதே இயற்கை மனிதனை சீண்டும் போது மனிதனால் தடுக்கவோ

தாங்கிக்கொள்ளவோ முடியவில்லை. மனிதப்பேரழிவாக மாறிவிடுகிறது. இது இயற்கையின் குற்றம் அல்ல. மனிதனின் குற்றம்.

2015 திசம்பர் வெள்ளக்காலத்தில் உங்களுக்கு ஏற்பட்ட இடையூறுகள் என்னென்ன?

* எங்கள் மகன் சித்திரன், கல்லூரியிலிருந்து விடுமுறை என்று எவ்வித குறுஞ்செய்தியும் வரவில்லை. இரண்டு தேர்வுகள் இருக்கிறது என்று அதிகாலையிலேயே கிளம்பி விட்டான். அதே போல் கல்லூரி பேருந்தும் வந்தது. நேரம் செல்லச் செல்ல மழை அதிகரித்தது. தொலைக்காட்சிகள் ஒளிபரப்பிய மழை குறித்த காட்சிகளும் செய்திகளும் எங்கள் பதற்றத்தை அதிகரித்தது. சரியாக பகல் 12.25 க்கு என் மனைவி, சித்திரனுக்குக் கைப்பேசியில் தொடர்பு கொண்டபோது கல்லூரியை விட்டு பேருந்து வெளியில் வருகிறது.

ஒரு தேர்வு முடிந்து விட்டது என்று தகவல் தந்தான். சற்று நிம்மதி வந்தது. கல்லூரிக்கும் கே.கே. நகருக்கும் 30 கிலோமீட்டர் தூரம். அதிகபட்சம் ஒன்றரை மணி நேரத்தில் வந்து விடலாம். கனமழையால் சாலைகளில் நீர்ப்பெருக்கெடுத்து ஓடியது. ஒரு மணிநேரம் கழித்து நான் தொடர்பு கொண்டேன். போரூர் ராமச்சந்திரா மருதுவக்கல்லூரி அருகில் வந்து கொண்டிருக்கிறோம் என்றான். அரைமணி நேரத்தில் வந்துவிடுவான் என்று காத்திருந்தோம்.... ஆனால் ஒருமணிநேரம் கழித்து தொடர்பு கொண்டால், இன்னும் அங்கு தான் நிற்கிறது... பேருந்து ஊர்ந்து வருகிறது. சாலைகளில் தண்ணீர் பெருக்கெடுத்து ஓடுகிறது. டிராபிக் ஜாம் என்றான். எனக்குப் பதற்றம் அதிகரித்தது. அதை வெளிக்காட்டிக் கொள்ளவில்லை. கடைசியில் மூன்றரை மணியளவில் ஓட்டல் சரவணபவனில் இறங்கி முழங்கால் அளவு ஓடும் நீரில் நடந்து வீடு வந்தடைந்தான். அப்போது தான் எனக்கு நிம்மதி வந்தது.

எனது வீட்டின் இடதுபுறம் கே.எம். மருத்துவமனை உள்ள சண்முகம் சாலையில் எப்பொழுதும் எம்.ஜி.ஆர் நகரை நோக்கி ஓடும் மழைநீர், அன்று இரவு எம்.ஜி.ஆர் நகர் அண்ணாசாலை பகுதியிலிருந்து லட்சுமணசாமி சாலை நோக்கி ஓடியது.

அப்பொழுதே புரிந்து கொண்ட நான் செம்பரம்பாக்கம் ஏரியைத் திறந்து விட்டு விட்டார்கள் என்று என் மனைவியிடம் சொன்னேன்.

செம்பரம்பாக்கம் ஏரி திறக்கப்பட்டதும் இந்தப் பேரிடருக்கு ஓர் காரணம் என்றொரு செய்தி உண்டு.. உங்கள் கருத்து ?

* 2.12.2015 புதன் இருள் விலகாமலே விடிந்தது. அந்த மழையிலும் மொட்டைமாடிக்குச் சென்றேன். கண்ணால் பார்க்கக் கூடிய இடமெல்லாம் வெள்ள நீர் சூழ்ந்திருந்தது.

சாலையில் நிறுத்தப்பட்டிருந்த வாகனங்கள் அனைத்தும் மூன்றடி நீரில் மூழ்கியிருந்தன. செய்தித்தாள்கள் இரண்டு நாட்களாகவே வரவில்லை. தொலைக்காட்சியும் பார்க்க முடியவில்லை. "எங்கு பார்த்தாலும் வெள்ளக்காடாக இருக்கிறது சார்" என்றார் பால்காரரர். அவர் சொன்னது தான் செய்தி. தொலைத் தொடர்பு இணைப்பு எதுவும் கிடைக்கவில்லை. சில மணி நேரத்திற்குள் அனைத்தும் செயலிழந்து போனது.

அடைமழையின் ஆங்காரச் சிற்றம்!

மழைக்கால்களின் பிரம்மாண்ட தாண்டவம்!

பெருஞ்சப்தம் அமானுஷ்யத்தின் பேரொளி!

மின்சாரமும் நின்று போனதாக செய்தி.. ஆம்.. மின்சாரம் இல்லாததால் மழை பெய்யும் சத்தத்தைத் தவிர வேறு எவ்வித சலனமும் இல்லை. அதுவே ஒரு வகை பீதியை உருவாக்கியது. எங்கள் வீட்டின் நீரின் அளவும் உயரத்தொடங்கியது.. கொசுத்தொல்லையை சமாளிக்க கொசுவாத்தி இல்லை என்றார் நினைவே அப்போது தான் வந்தது.

டாங்கில் இருக்கும் தண்ணீரை இனிவரும் நாட்களுக்கு பயன்படுத்தும் விதமாக கழிவறையில் பயன்படுத்தும் நீரை சிக்கனமாகப் பயன்படுத்தவும் இருக்கின்ற குடிநீரையும் சிக்கனமாக பயன்படுத்தவும் குழந்தைகள் உட்பட அனைவருக்கும் அறிவுறுத்தினேன். பெரியவர்கள் மேலும் சிக்கனத்தைக் கடைபிடித்தோம்

ஓ... மிக முக்கிய அறிவுரை !... உங்கள் ஓவியங்களுக்கு ஆபத்து.... ஏதேனும் இருந்ததா ?

* கீழ்த்தளத்தில் வெள்ள நீரின் அளவு இரண்டரையடியைக் கடந்து, என் ஓவியப் பணிக்கூடத்தின் வாசற்படியை நெருங்கிவிட்டது. இன்னும் ஒன்றரை அடி உயரத்திற்கு நீர் உயர்ந்தால் என் படைப்புகள் அனைத்தும் நாசமாகும் என்பதை உணர்ந்தேன். முதலில் என் கணினியை உயரத்தில் பத்திரப்படுத்தினேன். கீழே இருந்த சில ஓவியங்களை ஸ்டூல், டீபாய் போன்றவைகளை வைத்து இன்னும் இரண்டடி உயரத்தில் வைத்தேன். என் கண் முன்னாலேயே வாசற் படிக்கட்டுகளில் அங்குலம் அங்குலமாக வெள்ள நீர் உயர்ந்து கொண்டே வந்தது. மிகவும் மனத்துயரத்தோடு, கடந்த முப்பது ஆண்டுகளுக்கு மேலாக செய்த என் ஓவியப் படைப்புகளை பார்த்துக் கொண்டிருப்பதைத் தவிர வேறெதுவும் செய்ய முடியவில்லை.

வெள்ள நீர் அளவு குறையவே இல்லையா ...?

நேற்று இருந்த விளக்கொளி இன்று இல்லை... பெட்ரோல் நிலையத்திலும் வெள்ள நீர் மேலேறி வரத் தொடங்கியது. மின்னாக்கி மூலம் விளக்கொளி இருந்தது. பணியாளர்களின் எண்ணிக்கை இரண்டு அல்லது மூன்று என்று குறைந்திருந்தது... நீரில் மூழ்கிய வாகனங்கள் பழுதானதால் அல்லது பெட்ரோல் தீர்ந்ததால், பெட்ரோல் நிலையத்தில் விட்டு விட்டு நீரில் நீந்தி பலர் சென்று கொண்டிருந்தார்கள்... அதில் சிலர் குடும்பமாக சிறு குழந்தைகளையும் தூக்கிக் கொண்டு சென்றது மிகவும் வேதனையைத் தந்தது.

மூன்றாம் நாள் 3.12.2915 வியாழக்கிழமை.. குடியிருப்பு பகுதிகளை பெருமளவில் வெள்ளம் சூழ்ந்திருப்பதும், சில இடங்களில் குடியிருப்புகள் முதல் தளம் வரை மூழ்கியிருப்பதும், மூழ்கியிருந்த குடியிருப்புகளில் சிக்கிக்கொண்டவர்களை மீட்புப்படையினர் படகுகளில் மீட்பதும், இரண்டு தளங்கள் வரை மூழ்கியிருந்த குடியிருப்புகளின் மொட்டை மாடியில் மக்கள் பலர் தஞ்சம் அடைந்திருப்பதும், நாற் சக்கர வாகனங்கள் வெள்ளத்தில் முழுமையாக மூழ்கியிருப்பதும், அந்த ஒளிப்படங்கள் வெளிப்படுத்தியது. பேரழிவுக்கும் பேரவலத்திற்கும் சாட்சியாக

அந்த ஒளிப்படங்கள் இருந்தன. ஒன்பது மணியளவில் தீயணைப்புப் படையினரோடு வேறு சிலரும் இணைந்து படகில் ஒரு பெண்ணை மீட்டு கே.எம். மருத்துவமனையில் விட்டு விட்டுச் சென்றார்கள். அது ஒரு கர்ப்பிணிப் பெண் என்றும், பிரசவத்திற்காக அனுமதிக்கப்பட்டு குழந்தையும் பிறந்து விட்டதாகப் பிறகு அறிந்தேன். நான் முதல் நாள் இரவு பயந்ததைவிட கொடூரமான பேரழிவாக இருந்தன. இவ்வளவுக்கும் குறிப்பிட்ட சில பகுதிகளில் எடுக்கப்பட்ட ஒளிப்படங்கள்தான். இதுவே முழுமையல்ல. இவற்றைப் பார்க்கும்போது இன்னும் அதிகமான பேரழிவும் பேரிழப்பும் இருக்கும் என்றே நான் நினைத்தேன்.

இந்தப் பேரிடர் தினங்களில் உங்களைத் துயரப்படுத்திய சம்பவம் ஏதேனும் உண்டா?

கே.கே.நகர் தொலைபேசி இணைப்பகம் அருகில் சாலையில் இடுப்பளவு நீரில் ஒரு கணவனும் மனைவியும் தங்கள் இரு குழந்தைகளையும் ஆளுக்கொருவர் கையில் பிடித்துக் கொண்டுவந்தார்கள். காசித் திரையரங்கு பக்கத்திலிருந்து சீறிக்கொண்டு வந்த தண்ணீர் அந்த இரு குழந்தைகளையும் அவர்களிடமிருந்து பறித்து அடித்துக் கொண்டுசென்றது. இழுத்துச் சென்ற அந்தப் பெண்ணின் தலைமுடியைப் பிடித்து அவர் காப்பாற்றினார். கண்ணிமைக்கும் நேரத்தில் எங்கள் கண் முன்னே நடந்தது "இ. எஸ். ஐ மருத்துவமனை அருகே இடுப்பளவுக்கு மேல் தண்ணீர். ஒரு இளைஞர், பதினாறு வயது மதிக்கத்தக்க ஒரு பெண்ணை கைத்தாங்கலாக அந்த வெள்ள நீரில் மிகவும் கஷ்டப்பட்டு அழைத்துச் சென்றார். அவர் அந்தப் பெண்ணின் அண்ணனாக இருக்கவேண்டும்.... அந்தப் பெண் துவண்டு துவண்டு விழுந்தது. என்ன பிரச்சினை என்று தெரியவில்லை. நாங்கள் அங்கு சாலையோரத்தில் கிடந்த தள்ளுவண்டியை எடுத்து அதில் அந்தப் பெண்ணைக்கிடத்திப் பாதுகாப்பாக அழைத்துச் செல்லுங்கள் என்று கூறி அனுப்பி வைத்தோம்

இந்தப் பேரிடர் தினங்களின் அனுபவத்தை சுருக்கமாக சொல்ல இயலுமா?

இந்த ஐந்து நாட்களும் பல்வேறு வகையான துன்பங்கள், துயரங்கள், வேதனைகள் ... இருந்தாலும், தொலைக்காட்சி இல்லை.

அருகில் யார் வசிக்கிறார்கள் என்றே தெரியாமல், அவர்கள் எங்கே வேலை செய்கிறார்கள் என்றும் தெரியாமல் பார்த்தால் ஒரு புன்முறுவல் கூட இல்லாமல் முகத்தைத் திருப்பிக் கொண்டு வேகமாக செல்லுகின்ற எந்திர வாழ்க்கைச் சூழலில் இந்த வெள்ளம் ஒருவரை ஒருவர் பார்க்க வைத்தது. உரையாட வைத்தது, ஒருவருக்கொருவர் உதவ வைத்தது, ஒட்டு மொத்ததில் மனித உறவை வளர்த்தது.

இந்தப் பேரிடர்க்கான காரணங்களில் தனி மனித தவறும் இருப்பதாக உணர்கிறீர்களா?

என்னைப் பொறுத்தவரை, ஒவ்வொரு தனிமனிதனும் விதிகளுக்குட்பட்டு செயல்படுவது மிக முக்கியம். விதிகள் வகுக்கப் பட்டிருப்பதே மனித சமூக வாழ்வை சீரமைப்பதற்காகவும் மேம்படுத்துவதற்காகவும் மட்டுமே. அதை மீறுகின்ற போது மனித சமூகவாழ்வில் சீரழிவுகளும் பேரழிவுகளும் ஏற்படுகின்றன. இதற்கு தவறு செய்த ஒவ்வொரு தனி மனிதனும் பொறுப்பு.

அடுத்து, தவறைத் தடுக்க வேண்டிய அல்லது கண்காணிக்க வேண்டிய பொறுப்பில் இருக்கும் அரசிடம் சம்பளம் பெறும் அதிகாரி என்ற தனிமனிதனின் பேராசை அந்தப் பணத்தைப் பெற்றுக்கொண்டு கண்டு கொள்ளாமல் தனது பொறுப்பிலிருந்து தவறுவதோடு மட்டுமல்லாமல் தனிமனிதத் தவறுக்குத் துணைபோகிறார் என்பதோடு சமூகக்கேடுகளுக்கும் வித்திடுகிறார்.

சென்னை மாநகரின் நீராதாரங்களை அழித்ததன் பலனா இந்தப் பேரிடர்?

நான் சென்னைக்கு வரத் தொடங்கிய எண்பதுகளின் பிற்பகுதியில் சென்னையின் பல இடங்களிலும் நிறைய ஏரிகளும் குளங்களும் குட்டைகளும் நிறைய காணக்கூடியதாக இருந்தன. ஆனால் தற்பொழுது சென்னை நகருக்குள் இருந்த குளங்கள் எதுவும் இல்லை. அனைத்தும் தூர்க்கப்பட்டு கட்டிடங்களாக மாறிவிட்டன. பிறகு மழைநீர் எங்கே தேங்கும். சென்னையில் பல இடங்களில் நாம் இன்றும் பார்க்கலாம். “ குளக்கரை சாலை” என்று சாலைக்குப் பெயர் இருக்கும். ஆனால் குளம் இருக்காது. “லேக்வியூ குடியிருப்பு” என்று குடியிருப்பிற்கு பெயர்

வைத்திருப்பார்கள். ஏரி எங்கே இருக்கிறது என்று தேடினால்.. இருக்காது. அங்கும் கட்டிடங்கள் தான் இருக்கும். பல இடங்களில் ஏரிகளைத் தூற்று "ஏரி திட்டம்" என்று அரசாங்கமே வீடு கட்டி விற்கிறது. சென்னைப் புறநகர்களில் பல ஏரிகள் காணாமல் போனது இப்படித்தான். பலத்தனியார்களும் நீர் நிலைகளை ஆக்கிரமித்து குடியிருப்புப் பகுதியாக மாற்றியதன் விளைவுத்தான் சில இடங்களில் முதல் தளம் மட்டுமல்ல இரண்டாம் தளம் கூட மழைநீரில் மூழ்கியது. இப்படி நிறைய சொல்லிக்கொண்டே செல்லலாம். இதில் இயற்கையின் பங்கு என்ன? அனைத்தும் மனிதத் தவறுகளே...

வெள்ளநீர் வடிகால்களும், செயற்கைக் கால்வாய்களும் அதிகளவு ஆக்கிரமிக்கப்பட்டு விட்டன. இயற்கையாக வெள்ளத்தை மட்டுப்படுத்தக் கூடிய சதுப்பு நிலங்களும் காடுகளும் கொஞ்சம் கொஞ்சமாக விழுங்கப்பட்டு விட்டன. இத்தனைக்கும் பிறகு வெள்ளம் வேறு எங்கு போகும்? எந்த தடங்களும் இல்லாமல் பாய்ந்து வந்து மனிதக் குடியிருப்புக்குள் நுழைகிறது.

இயற்கையுடனான மனிதப் போராட்டம் வெல்லுமா? மழை

வெள்ளமோ வரும் வரை அரசும் வடிகால்களை முறையாகப் பராமரிப்பதில்லை. மக்களும் அவை அடைத்துக் கொள்வதைப் பற்றிக் கவலைப்படுவதுமில்லை. எனவே வெள்ளமோ, மழைநீர் தேங்குவதோ இயற்கையாக மட்டும் நடப்பதில்லை. அரசினுடைய, நம்முடைய அலட்சியமும் தான் வெள்ளத்துக்குப் அதிகளவு காரணம். இவற்றை களைந்தாலே பிரச்னைகள் தீவிரமடையாமல் தடுக்க முடியும்.

அடுத்து மனிதப்பிழைகள், சென்னையில் தினமும் சேகரமாகும் 45 லட்சம் கிலோ குப்பைகள் மற்றும் 70 ஆயிரம் கிலோ கட்டிடக் கழிவுகளில் 40 விழுக்காடு கூவத்திலும் அடையாற்றிலும் கொட்டப்படுகிறது. இந்தக் கழிவுகள் முகத்துவாரங்களை அடைத்துள்ளன. குறிப்பாக பிளாஸ்டிக் கழிவுகள் ஒரு அணைக்கட்டின் சுவரைப்போல கடலுக்கும் நதிக்கும் இடையே தடைபோடுகிறது. 1960 களில் சென்னைத் துறைமுகம் அருகே கடலுக்குள் கட்டப்பட்ட தடுப்புச் சுவர்கள் ஆற்று நீர் கடலுக்குள் செல்லத் தடையாக இருக்கின்றன.

இயற்கையை நாம் என்ன தான் சீரழித்தாலும் அது தன்னைத் தானே தகவமைத்துக் கொள்ளும். ஆறுகளும் அப்படித்தான். நாம் ஆக்கிரமித்தாலும் அது தன் இடத்தை அடைந்தே தீரும். தினமும் நம் வீட்டிலிருந்து குப்பைகளை ஆற்றில் வீசினோம். இப்போது அந்தக் குப்பைகளை நம் வீட்டுக்குள் எறிந்து விட்டுச் சென்றிருக்கிறது ஆறும் ஏரியும்.

மிக்க நன்றி.. தோழர் புகழேந்தி பணி சூழ்ந்த உங்கள் நேரத்தை எங்கள் பதில்களுக்காக மடைமாற்றியதற்கு நன்றி..

* இது போன்றதொரு வாய்ப்பினை எனக்கு ஏற்படுத்திக் கொடுத்தமைக்கு நானும் உங்கள் குழுவுக்கு நன்றியைப் பதிவு செய்கிறேன்..

* இந்தக் கொடும் பேரிடர் குறித்த மேலதிக தகவல்களுக்கு நான் எழுதிய “சென்னை வெள்ளம் “ என்ற கட்டுரைத் தொகுப்பும் நண்பர் இல.சைலபதி எழுதிய ‘பெயல்’ என்கிற புதினத்தையும் வாசிக்க பரிந்துரைக்கிறேன்

5. ஆகாயம்

சூர்யோதயத்துக்குச் சொந்தமான
கடல் நகரத்திலிருந்து
எம்பிப் பறக்கும்
விமானம் மேகப் பொதிக்குள் நுழைந்து
அலைந்து மிதந்து....
உயர்மலை... பசியக்கணவாய்கள் தாண்டி
நீராலான நீலப் படுதாவுக்கு மேல்
பறந்து கொண்டிருக்கிறது.
மேகமற்ற வெளியில்
அதிர்வூட்டும் படி தள்ளாட
அலறுகின்ற பயணிகளின் கூக்குரலில்
மொழிகளின் குப்பை
“பயம் வேண்டாம் : நானுண்டு”
நம்பிக்கை கவிதைக்கும் விமானியின் சொல்

உயிர்ப் பயத்தில் கடவுளின் கால்களை
நக்கத்தொடங்கினார் :
கடவுளை நம்பாதவன் எதனிடம்
முறையிடலாமென யோசிக்கும் தருணம்
தள்ளுவண்டியில் குளிர்பானங்களோடு
வெப்பமேற்றும் மது.
பானங்கள் உட்புக பயம் வெளியேற
சமுத்திரத்தின் ராட்சச கரமொன்று நீள
கறுப்புப் பெட்டிக்காக காத்திருக்கிறான்
அஸ்தமனச் சூரியன்

கிழக்கு :

இந் நேரம் கிளம்பியிருப்பார்களா.....

— ம்ம்... நேரமாயிற்றே....! இப்போது கிளம்பினால் தான் சரியாக இருக்கும்.

— ஆமாம்.. ஆமாம்! சரியாக இருக்கும்!

— இந்த வாக்கியத்தை தாங்கள் கூறும் போது உங்கள் முகத்தில் குறும் புன்னகை மிளிர்கிறது கனவானே! நமுட்டுச் சிரிப்புடன் ஓர் ஆங்கிலத்துண்டு.

உயர் ரக சிகரெட்டுகள், சிகார் புகையால் சூழப்பட்ட அறை... பதனக் குளிர் இருந்தாலும் லேசான வெப்பத்தை உடல் வேண்டியது. அதனால் அங்கீகரிக்கப்பட்டது.

அது ஒரு நாசகாரக் கும்பல் துவேஷப் பணிகளின் தலைமையகம்! கடும் ரகசியங்களின் காப்பகம் ; அரசியல் சதிகள் : ஆலோசனைகளின் ரகசிய ராஜாங்கம் : இங்கு பகடைகள் உருட்ட எங்கோ எவர் தலைக்கோ ஆபத்து நிகழும்... பரமபதத்தில் ஏணிகள் ஏற்றும் : நாகங்கள் கொத்திக் கீழிறக்கும்.

"எப்படி நிகழப் போகிறது.."

"கவலை வேண்டாம்.. திறமையாக திட்டமிடப் பட்டுள்ளது... காரியம் செவ்வனே முடியும்."

“இந்த சஸ்பென்ஸ் தான்.. நம் மதலயின் ஸ்பெஷா லிட்டி.. ம்ம் அசத்துங்க..”

வடக்கு :

அந்த எந்திரத்தும்பி புறப்படத் தயாராய் இருந்தது. ‘கடகடகடகட’ வென்ற பேரிரைச்சலோடு விசிறிகள் சுழலத் தொடங்கின.

துணை விமானி தும்பியின் கருவிகளை கட்டுப்பாட்டு அறைக்கான தொடர்புகளைப் பரிசோதித்துக் கொண்டிருந்தார். எரிபொருள் கோடு பூரணமாய் ஒளிர்ந்தது.

தலைமை விமானி மெதுவாக நடந்து வந்தார்.....

வட்டத்துக்குள் நின்று சத்தத்தை தந்து கொண்டிருக்கும் எந்திரத் தும்பியை நெருங்கினார்.

— எல்லாம் சரியாக இருக்கிறதா...... இரைந்த குரலில் வினவினார்

துணை விமானியோ கட்டை விரலை உயர்த்தி ‘யாவும் சரியே’ சமிக்ஞை செய்தார்.

— அவர்கள் இன்னமும் வரவில்லையா.

— வந்து கொண்டிருக்கிறார்கள்... கிளம்பி வருகிறார்கள்.

அது ஒரு தனியார் நிறுவனம் ஹெலிகாப்டர்களை வாடகைக்கு விடுவது அவர்கள் தொழில். குறிப்பாக தேர்தல் காலங்களில் இந்நிறுவனத்துக்கு ஏகப்பட்ட கிராக்கி. வெகு முக்கியப் பிரமுகர்கள் வான வீதியில் பறந்து பறந்து வாக்கு சேகரிக்க எந்திரத் தும்பிகளே துணை ! மேலும் இதுகாறும் சேர்த்து வைத்த கறுப்புப் பணத்தை விநியோகிக்க எளிதான ராஜதந்திரம்.

இப்போது தேர்தல் காலம் ! காவிரி பாயும் கன்னட தேசத்தில் தேர்தல் காலம் !

தேசியக் கட்சியொன்றின் அதி முக்கியஸ்தர்கள்... சட்டமன்ற வேட்பாளர்கள் உடுப்பி, மங்களூர், சிக்மகளூர், ஹாசன் மற்றும் மைசூர் வரை பறந்து வாக்குகளை சேகரிக்கும் முஸ்தீபு கூடவே ‘காபிடேஸ்ட்’ முதலாளியும் அவர் ‘காபிடேஸ்ட்’ க்கும் மட்டும்

முதலாளி அல்லவே அரசியல் சேவைகளுக்கு அவரும் 5 எம்பி.. எம்.எல்.ஏ.க்களாவது வேண்டாமா...

அந்த ஐவரின் பெயரும் இப்போது அநாவசியம் ; ஏனென்றால் எந்திரத்தும்பி இன்னும் சிறிது நேரத்தில் வெடிக்கும் ; சிதறும் ...

எங்கு எப்போது என்பதெல்லாம் தெரியும் தும்பிக்கு காப்பீட்டு உத்தரவாதம் உண்டு ; மற்றவர்களுக்கு....?

அட அரசியலில் இதெல்லாம் சாதாரணமப்பா......! மேலும் கதைக்கு காலுண்டா... கையுண்டா....கண்ணுண்டா.. காதுண்டா.....

தெற்கு:

சிக்மகளூர் விபத்தில் சிக்கிய ஹெலிகாப்டரின் கடைசி நிமிட வீடியோ உண்மைதானா.... என்று தடயவியல் சோதனைக்கு அனுப்பிய கர்நாடக காவல்துறை அதிகாரிகள் இது குறித்து ஆய்வு செய்து வருகிறார்கள்.

சிக்மகளூர் ஜில்லா, முடிகரே வனப்பகுதியில் கடந்த மாதம் தனியார் ஹெலிகாப்டர் விழுந்து நொறுங்கியது. இவ்விடத்தில் ஹெலிகாப்டர் விமானத்தில் பயணம் செய்த தேசியக் கட்சியின் தலைவர் ஒருவரும் மக்களவை வேட்பாளர் மூவரும் தேர்தல் பிரச்சாரத்துக்காக பயணித்தது வாசகர் அறிந்ததே.

இது குறித்து விசாரணை நடத்த நியமிக்கப்பட்ட காவல்துறை உயர்மட்டக் குழுவின் தலைவர் ராம்கிஷன் கவுடா, விபத்து நடந்த இடம் மற்றும் விபத்து நடப்பதற்கு முன் வீடியோ எடுத்த காபி எஸ்டேட் பகுதி, ஹெலிகாப்டர் வான் வழியாக பறந்த நில வழிப் பாதை உள்ளிட்ட இடங்களில் நேரில் பார்வையிட்டு விசாரணை நடத்தி வருகிறார்.

மேலும் விபத்து நடந்த போது மீட்புப் பணிகளில் ஈடுபட்டவர்கள், பொது மக்கள் போன்றவர்களை உள்ளூர் வருவாய்த் துறையினரும், காவல் மற்றும் தீயணைப்புத் துறையினரும் தனித்தனியாக விசாரித்து விவரங்களை சேகரித்து வருகின்றனர்.

அத்துடன் சம்பவ இடத்தில் தீயில் கருகிக் கிடந்தவர்கள் எந்த நிலையில் இருந்தனர்? அவர்கள் உயிருக்கு பேராடினார்களா?

யாரையாவது இறுதி நேரத்தில் தொடர்பு கொண்டார்களா? என்பது குறித்தும் விசாரணை நடத்தப்பட்டு வருவதுடன், விபத்துக்கான காரணங்கள் மற்றும் நேரில் விபத்தைப் பாரத்தவர்களிடம் விசாரணை முடுக்கி விடப்பட்டுள்ளது.

மேற்கு :

விபத்து நடந்த போது இருந்த வானிலை நிலவரம் கேட்டு கடிதம்.

சிக்மகளூர் மாவட்ட காவல் துறை சார்பில் பங்களூர் வானிலை ஆய்வு மையத்துக்கு அதில் சில நாட்களுக்கு முன் ஹெலிகாப்டர் விமான விபத்து நடந்த போது அந்தப் பகுதியில் நிலவிய வானிலை நிலவரம், பனி மூட்டத்தின் தன்மை ஆகியவை விசாரணைக்கு தேவைப்படுவதால் அந்த நிலவரத்தை வழங்க வேண்டும் என்று குறிப்பீட்டு உள்ளதாக காவல்துறை உயர் அலுவலர் ஒருவர் செய்தியாளர்களிடம் தெரிவித்தார்.

தேடுதல் வேட்டை: ஹெலிகாப்டர் விமான விபத்து நிகழ்ந்த இடத்தின் அருகே உள்ள வனப்பகுதி மற்றும் காபி நோட்டப் பகுதிகளில் மர்ம நபர்களின் நடமாட்டம் இருந்ததா.... என்பது குறித்தும் சிறப்பு அதிரடிப்படையினர் தீவிரத் தேடுதல் பணியில் ஈடுபட்டு வருகின்றனர்.

சிக்மகலூர் அருகே தனியார் ஹெலிகாப்டர்.

விபத்துக்குள்ளான காரணத்தை கண்டறியும் ஆய்வு அறிக்கை விரைவில் மத்திய அரசிடம் தாக்கல் செய்யப்படும் எனத் தகவல் வெளியாகியுள்ளது.

ஹெலிகாப்டரின் பாதையில் மேகக்கூட்டங்கள் வந்ததால் தரையிறங்குவதற்கு சில நிமிடங்களுக்கு முன்னர் தொழில் நுட்ப சிக்கல் ஏற்பட்டிருக்கலாம் என கணிக்கப்பட்டுள்ளது. ஹெலிகாப்டர் மேகக் கூட்டங்களில் நுழைந்த பிறகு வான் பாதை தவறி, விபத்து நிகழ்ந்திருக்கலாமெனபல்வேறு ஆதாரங்களின் அடிப்படையில் புலனாய்வுக் குழுவின் முதல்கட்டவரைவு அறிக்கையில் விளக்கியுள்ளதாக கூறப்படுகிறது.

புலனாய்வுக்குழுவின் உயர்மட்டக் குழுத் தலைவர் தலைமையில் ஹெலிகாப்டரில் தொழில்நுட்பகோளாறு ஏற்பட்டிருக்குமோ, அல்லது ஹெலிகாப்டர் மேகமூட்டம் சூழ்ந்ததால் வழி தவறியதா போன்ற பல்வேறு கோணங்களில் விசாரணை நடத்தி உள்ளது.

ஹெலிகாப்டரில் பயணித்த ஒருவர் கூட உயிர்ப் பிழைக்கவில்லை என்பதால், கடைசி நிமிடங்களில் என்ன நடந்தது என்பது குறித்த துல்லியமான விவரங்கள் கிடைக்காததும் விசாரணைக்கு சவாலாக இருந்தது.

விபத்துக்குள்ளான ஹெலிகாப்டரின் கருப்புப் பெட்டியில் உள்ள விவரங்கள், ஏர் டிராஃபிக் கண்ட்ரோல் அளிக்கும் தகவல்கள், சம்பவ இடத்தில் கிடைத்துள்ள தடயங்கள் மற்றும் நேரில் கண்ட சாட்சிகளின் விவரத் தொகுப்பின் அடிப்படையில் விசாரணை அமையும் என வல்லுநர்கள் கருதுகிறார்கள்.

தென்மேற்கு :

5 தொகுதிகளின் தேர்தல் நிறுத்தம் : தேதி பின்னர் அறிவிக்கப்படும் : தேர்தல் ஆணையம் அறிவிப்பு.

சமீபத்தில் சிக்மகளூர் அருகே நடந்த ஹெலிகாப்டர் விமாமன விபத்தில் தேசியக் கடிதத்தின் 5 வேட்பாளர்கள் காலமானது வாசகர் அறிந்ததே!

உடுப்பி, மங்களூர், ஹாசன், சிக்மகளூர், மைசூர் ஆகிய 5 தொகுதிகளின் தேர்தல் நிறுத்தம். வாக்குப்பதிவு தேதி பின்னர் அறிவிக்கப்படும் என தேர்தல் ஆணையத்தின் மூத்த அதிகாரி தலைமையகத்தில் செய்தியாளர்களிடம் தெரிவித்தார்.

தென்கிழக்கு :

ரோபஸ்டா மலர்கள் பூக்கத் தொடங்கிவிட்டன.. கமுகோடு காதல் சொல்லி இழைந்துப் பிணைந்த குறுமிளகுச் சரங்களில் பச்சை முத்துக்கள்.

வேலியோரப் பலாக்கனி நாடி வரும் வேழங்கள்.. தவறியும் மிதிப்பதில்லை நெளிந்து மறையும் நாகங்களை...மேய வரும் கிராம விலங்குகள் அனைத்தையும்.. கொல்வதில்லை பசி கொண்ட சிறுத்தையோ புலியோ..

உலகளந்தான் உருவாய் ஓங்கி வளர்ந்த ‘ஓக்’ மரங்களின் உச்சியில் தேனடைச் சுவைத்து பாட்டுப் பட்டி மண்டபம் நடத்தும் வனப்புள்குழு.. பழுப்பு நிறகாஃபிப் பழங்களின் வாசம் தூக்கல் தானெனச் சான்றளிக்கும் பழந்தின்னி வவ்வால் கூட்டம். மென்மேகம் தவழ்ந்து விளையாடும் தூரத்து தொடர்ச்சி மலைக்கு யாரும் தீ வைக்காத வரை.. குளுமையும் அழகுமாய்க் குடகு காபிப் பூக்களின் சுகந்தம் சுவைத்தபடிசாவகாசமாய் தூங்கும் நாய்க் குட்டி கரும்புகைகக்கியபடி வேக வாகனக் கூட்டம்.

ம்.. ம்..

காபி வனமொன்றுள் இருந்த தங்கும் விடுதியில் தேசியக்கட்சியின் முக்கியஸ்தர் கூட்டம்!

காபி எஸ்டேட்டுக்குள் ஒளிந்திருக்கும் ரிசார்ட் ஒன்றின் அதிநவீன முற்றம் வெண்ணிற ஆடைகளால் .. தொண்டர்களால் வேலையாட்களால் நிரம்பியிருந்தது.

தொண்டை செருமிய படி ஒலித்தது முதல் குரல்.

அந்த ஐவரும் நமது கட்சிக்கு ஆற்றிய பணிகள். ஏராளம்! சேர்த்துக் கொடுத்த நன்கொடைகளோ ஏராளம். ஏராளம்! இப்போது நமது கழகத்துக்கு ஐவரும் பேரிழப்பு தான் என்றாலும் அடுத்து வரப் போகும் தேர்தல் முக்கியம்...தேர்தல் தேதிக்கு முன் வேட்பாளர்களைத் தேர்ந்தெடுத்து அறிவிக்கவேண்டும்.. அது ரொம்ப முக்கியம்.. ஜெயிக்கிற குதிரைகளைத் தேர்ந்தெடுக்கணும் ...அது ரொம்ப ரொம்ப முக்கியம்.. புரியுதா.. அதற்காகவே இந்தக் கூட்டம்!

“தலைவரே நீங்க சொல்றது ரொம்ப சரி..... ”ஓங்கி ஒலித்தது ஒரு ஜால்ரா.

“உங்களுடைய கருத்துகளையும் ஆலோசனைகளையும் சொல்லுங்கப்பா....

பொறவு.... நான் சொன்னன்... தலைவர் கேட்கலன்னு யாரும் சொல்லிடப்பட்டது. என்ன நான் சொல்றது....”

“தலைவரே ஓங்களுக்கு தெரியாததா... வழக்கம் போலத்தான்.. இந்த தடவையும்.”

“அதாவது...”

“ஆமாம் தலைவரே... வழக்கமா நம்ம கட்சி ஜெயிக்கறதுக்கு என்ன பண்ணுமோ அதேதான்.”

“அப்போ இறந்து போனவங்க குடும்பத்துல இருந்து வேட்பாளர்களை தேர்ந்தெடுக்கணுமா.. அவங்க குடும்பத்துல ஒத்துக்குறாங்களா...”

“வேற வழி... சேர்த்து வச்சிருக்க சொத்தையெல்லாம் காப்பாத்தணுமே.”

“அப்போ ஹாசன்ல... ஷெட்டியோட மகன்

செத்துப்போனவரோட ராய் சம்சாரம் மங்களூர்ல

மைசூர்ல.. பாயோட மகள நிறுத்திடுவோம்.

சிக்மகளூர்ல- போய் சேர்ந்தவரோட கவுடா வோட சின்னவீடு- அதான் அந்த டிவி நடிகை

உடுப்பி தான் கொஞ்சம் டைட்டு...ம்ம்ம்

கடலோரத்துல மீனவர் சமுதாயம்... ஊருக்குள்ள சாமியார் மடம். அதுக்கேத்தாப்புல.. ஒருத்தர நிக்க வைக்கனும்.”

“ஏம்பா... எவனாவது நடிகன் கிடைக்கமாட்டானா... உடுப்பி சைடுல இருந்து நடிக்க வந்தவன் இருப்பானே... எவனாவது...”

“என்னாத் தலவரே இப்டி கேட்டுபுட்டீங்க... தலைவரே.. இப்போ பிரபலமா இருக்கிற ஷங்கர் ஷெட்டி... உடுப்பி ஏரியாதான். அவரும் ரொம்ப நாளா நம்ப கட்சியில முக்கிய பொறுப்பு கேட்டுகிட்டு இருக்காரு. நமக்கும் கட்சிக்கும் செய்ய வேண்டிய சிறப்பு செஞ்சிடுவாரு.”

“சர்தான்... ஏம்பா.. பொதுச் செயலாளர் சொன்னது ஒக்கேவா எல்லாருக்கும்.”

“ஒக்கே தலைவரே... அவர் சொன்ன மாதிரியே ஆளுங்கள நிக்க வைச்சிடுவோம் ஜெயிக்கனும்... அதான் முக்கியம்.”

“முட்டாள்... முட்டாள் எம்.எல்.ஏ. ஜெயிக்கிறது பெர்சில்ல..

அதிலிருந்து ராஜ்யசபா எம்பி வேணும்... சென்ட்ரல்ல நமக்கு பலம் கூடணும் புரிஞ்சுதா..”

“புரியது தலைவரே.. அதனால தான் நீங்க ராஜதந்திரி... நாங்க வெறும் மந்திரி...”

“வேறெண்ணப்பா கூட்டம் முடிஞ்சுடுதுன்னா..மேட்டர ஆரம்பிக்கலாமா...”

“தலைவர் பேச்சுக்கு மறு பேச்சு உண்டா.. உத்தரவு தலைவரே....”

கோப்பைகளின் குதூகலத்தோடு பொன் திரவத்தின் பண்ணிசை.

வடகிழக்கு :

ஹெலிகாப்டர் விபத்து: வீடியோ உண்மை தானா.....?

மக்களவைத் தேர்தல் பரப்புரைக்காக பெங்களூரில் இருந்து கடந்த தேசியக் கட்சியின் தலைவர்களையும் ‘காஃபிடேஸ்ட்’ உரிமையாளர் மதுசூதனராஜ் உட்பட தொழிலதிபர்களையும் ஏற்றிச்சென்ற ஹெலிகாப்டர் விமானம் சிம்மகளூர் அருகே முடிகரே வனப்பகுதியில் விபத்துக்குள்ளானது வாசகர் அறிந்ததே.

ஹெலிகாப்டர் விபத்தில் சிக்குவதற்கு முன்பு வந்த ஹெலிகாப்டரை வீடியோ எடுத்த நபரின் செல்போன் பறிமுதல் செய்யப்பட்டு உள்ளது. அதில் பதிவாகி இருக்கும் வீடியோ எப்போது எடுக்கப்பட்டது. அதில் இருக்கும் தகவல்கள் என்னென்ன ? அவை உண்மைதானா என்பதைக் கண்டறிய அந்த செல்போன் பெங்களூரில் உள்ள தடய அறிவியல் ஆய்வகத்துக்கு அனுப்பி வைக்கப்பட்டு இருக்கிறது.

மேலும், விபத்து நடந்த முடிகரே பகுதியில் உயர் மட்டக்கம்பிகள் மற்றும் உயர் மின்னழுத்த மின்கம்பங்கள் இருக்கிறதா மற்றும் செல்போன் கம்பெனிகளின் கோபுரங்கள் உள்ளனவா ? அப்படி இருந்தால் அவை சேதம் அடைந்துள்ளதா என்பதைக் கண்டறிய வேண்டும் என மாவட்ட மின்துறை அதிகாரிக்கு கடிதம் எழுதப்பட்டுள்ளது. “அந்த ஹெலிகாப்டர் பாதுகாப்பானது தானா என்று கேட்கிறார்கள்... இரண்டு இன்ஜின்கள், ரேடார் வசதி மற்றும் சென்சார் வசதி உண்டு.

அதாவது வானத்தில் பறக்கும் போது வித்தியாசமாக ஏதாவது தென்பட்டால், உள்ளே விமானிக்கு எச்சரிக்கை செய்யும். எரிபொருள் டாங்க்கைச் சுற்றிலும் ஒருவித பாதுகாப்பு முறை இருப்பதால் எளிதில் தீப் பிடிக்காது. நமது நட்பு நாட்டிலிருந்து வாங்கப்பட்டது என்பதனால் அந் நாட்டினரும் விசாரணையில் இறங்க வாய்ப்புண்டு."

மேலும் அன்றைய நாளில் விமானம் பறந்த வான் வழி இயல்பானதாக இல்லை.

உயர் அழுத்த கோபுரத்தின் கம்பிகளில் மோதி விமானம் தீப்பற்றி இருக்க வாய்ப்புண்டு. அதனால் விமானியின் கட்டுப் பாட்டை இழந்து மலை முகடுகளில் மோதி அடர் வனத்தினூடே வீழ்ந்திருக்கவும் வாய்ப்புண்டு.

அப்படியாயின் மோசமான வானிலையே ஹெலிகாப்டர் விமான விபத்துக்குக் காரணம் என அறிக்கை தயாராகட்டும்.

உத்தரவு ..... அய்யா.... இன்று மாலை அறிக்கை வெளியாகும்.

சிக்மகளூர் ஹெலிகாப்டர் விபத்து ; முழு விசாரணை அறிக்கை சமர்ப்பிப்பு. ஹெலிகாப்டர் விபத்துக்கு மோசமான வானிலையே முக்கியக் காரணம், ஹெலிகாப்டரில் எவ்விதத் தொழில் நுட்பக் கோளாறும் ஏற்படவில்லை என விசாரணையில் தகவல் வெளியானது, மேலதிக விவரங்கள் விரைவில் வெளியிடப்படு மென உயர் மட்டக்குழு அறிவித்தது. ஹெலிகாப்டர் விபத்து குறித்த முழு விசாரணை அடங்கிய 14256 பக்க அறிக்கை பாராளுமன்ற இரு அவையிலும் சமர்ப்பிக்கப் படுமென்றும் மூத்த அதிகாரி ஒருவர் செய்தியாளர் சந்திப்பில் உறுதிப்படுத்தினார்

❑

அன்பாதவனின் பிற படைப்புகள்

கவிதை :

1. செம்பழுப்பாய்ச் சூரியன்
2. நெருப்பில் காய்ச்சியப் பறை
3. தனிமைக் கவிந்த அறை
4. மாயவரம்
5. கைபேசிக் கடவுளின் கோட்டோவியங்கள்
6. உயிர்மழைப் பொழிய வா
7. அப்ராவின் உப்பு நீர்
8. ஹைபுன் பறவைகளின் சிம்ஃபொனி
9. பிரியாத வரம் வேண்டும்

கதை :

1. தீச்சிற்பம்
2. பம்பாய்க்கதைகள்
3. தென்பெண்ணைக் கதைகள்
4. நடுக் கடல்; தனிக் கப்பல்
5. நட்சத்திரக் கோட்டை
6. பிதிர்வனம்

கட்டுரை / விமர்சனம் :

1. உச்சியிலிருந்து துவங்கு
2. தற்காலத் தமிழ்க் கவிதைகள் – ஒரு பார்வை
3. கவிதையின் திசைகள்
4. படைப்பின் சுவடுகள்
5. தீ இனிது நீர் இனிது
6. மயில் தோகை வண்ணங்கள்
7. இதமாய்ப் பெய்யும் மழை
8. இப்போதும் ஓடிக்கொண்டிருக்கும் குதிரை
9. கொஞ்சமாய்த் திறந்த கதவு

நாடகம் :

1. அமைதி அமைதி

தொகுப்பு நூல்கள் :

1. தலித் நாட்டுப்புறப்பாடல்கள்
2. சிநேகம் வளர்க்கும் புன்னகை –ஹைகூ

3. மும்பைச் சிறுகதைகள்
4. தமிழ் ஹைகூ சமகாலப் பார்வைகள்
5. பெண் படைப்புலகம் – இன்று
6. விழுப்புரம் மாவட்ட ஆவணக்களஞ்சியம்
7. காக்கைகளின் காலம்
8. உரையாடல்களின் புல்வெளி (நேர்காணல்)
9. தொய்வறியாத் தோழமையின் குரல் (இதயவேந்தன்: இலக்கிய தடம்)
10. வலசைப் பறவை

விருதுகள்/ பரிசுகள்:

- அனைத்திந்திய தமிழ் எழுத்தாளர் சங்கம் வழங்கிய பாரதிப் பணிச் செல்வர் விருது (எட்டையபுரம் 11.12.2001)
- அனைத்திந்திய தமிழ் எழுத்தாளர் சங்கம் நடத்திய மாவட்ட அளவிலான ஆற்றங்கரைக் கவியரங்கில் முதலிடம் (தென் பெண்ணைக் கரை, பிடாகம் 18.01.2002)
- 'அமைதி அமைதி' விழுப்புரம் தமிழ்ச்சங்க இலக்கியப் படைப்பாளர் விருது 2001 (04.05.2002 விழுப்புரம்). விழுப்புரம் மாவட்ட மைய நூலகம் வழங்கிய 'எழுத்துச் செம்மல் விருது' (2003)
- தினமலர் - வாரமலர் – டி.வி.ஆர் நினைவுச் சிறுகதைப் போட்டி– 2002 ஆறுதல் பரிசு.
- 'நெருப்பில் காய்ச்சிய பறை' – கலை இலக்கியப் பெருமன்ற விருது செப். 2003, கவிஞர் சிற்பி விருது பொள்ளாச்சி (06.08.2004)
- தலித் சாகித்திய அகாடமி புதுதில்லி – வழங்கிய Dr.Ambedkar Fellowship விருது (10.12.2004 புதுதில்லி)
- புதுவிசை – சுடர் ஆய்வுப் பரிசு – 2006.
- 'மருதம்' விருது விழுப்புரம் ஜனவரி 2008.
- பம்பாய்க் கதைகள் – கலை இலக்கியப் பெருமன்ற விருது– செப் 2011. கவிஞர் தாரா பாரதி விருது 2011, கவிதை உறவு விருது – 2012.
- தென்பெண்ணைக் கதைகள் : கம்பம், பாரதி இலக்கியப் பேரவை ; வழங்கிய சிறப்பு பரிசு – 2017, திருப்பூர் இலக்கிய விருது 2018
- நடுக் கடல்; தனிக் கப்பல் : படைப்பு குழுமம் சிறப்பு விருது 2019, சௌமா இலக்கிய விருது மணப்பாறை 2019
- கவிஞர் கலை இலக்கியா நினைவு நூல் விமர்சனப் போட்டி 2019 இரண்டாம் பரிசு
- தமிழ்நாடு முற்போக்கு கலை இலக்கிய மேடை, தேனி அசோகமித்திரன் நினைவு படைப்பூக்க விருது 2019
- கவிஞர் கலை இலக்கியா நினைவு நூல் விமர்சனப் போட்டி 2020 இரண்டாம் பரிசு
- இப்போதும் கொண்டிருக்கும் குதிரை நூலுக்கு இரண்டாம் பரிசு 'சிகரம்' விருது 2020